CRIMSON Quest

Heartless

Arielle

PRECIOUS PAGES CORPORATION
Maynila Pilipinas
www.phr.com.ph
also join our forum: precioushr.forum-motion.com

First Printing 2009
ISBN 978-971-02-3953-5

CQ *Logo & Cover Designs:* Adel Sales
Cover Illustration: Yatar
PHR *Logo Design:* Vincent Kua
Computer Graphics: Adel Sales
Compuset: Joseph S. Estorninos

Editor: PHR Editorial Staff

Published by:
PRECIOUS PAGES CORP.
83 Sgt. E. Rivera St., SFDM
1115 Quezon City, Philippines
☎ (632) 367-6237 • (632) 367-6222
www.phr.com.ph

Hong Kong Distributor:
VICTORY JEWELLERY CO.
Shop 370, 3rd Flr., World Wide Plaza
19 Des Voeux Road, Hong Kong

Printed in the Philippines

Sa pagtatapos (finally!) ng "Crimson Quest," I will be trying my hand at writing single story novels. As of now, four na ang pinipilit kong isulat (hirap, ha?) Hirap akong magsulat ng single story novel since ang lakas talaga ng tendency ng mga stories ko na humaba nang humaba.

Their tentative titles are: *Windswept* - the story of a girl who forces a man to become her ideal lover; *Morena* - ang kuwento ng isang lalaki na ang tanging hangad sa buhay ay yumaman at isang babae na gagawin ang lahat para mabigo siya; *Courtesan* - a man looking for his lost love and the woman he hired to become his lover; at *Witch's Curse* - a modern fantasy kung saan ang lalaki ay minalas na makuha ang backlash ng isang witch's curse. The backlash? He falls in love with the witch.

And then 'andiyan pa rin ang "Club 56." It's an open-ended series. Meaning, hindi ko alam kung gaano karami ito. Depende siguro sa mood ko. But the first arc ng series na ito ay four novels.

Arielle

PROLOGUE

Mula sa deck ng *Crimson Sails 2* ay tanaw ni Dallas ang isla. Sa islang iyon itinatago ng oil cartel at ng Ravenhurst ang langis para patuloy na tumaas ang presyo niyon. Patuloy pa ring nasusunog ang nakaimbak na langis ng cartel. Kung mapipigilan iyon ng US Navy at coast guards ay tiyak na kukumpiskahin ng US government ang nakaimbak na langis sa isla. If that happened, it would be a huge blow to Ravenhurst and the cartel's finances.

At kung totoo nga ang mga impormasyong ibibigay sa kanya ni Miranda Steinberg, madedemanda ang Ravenhurst at ang mga miyembro ng cartel dahil sa ginawa ng mga itong pagmamanipula sa stock market at sa presyo ng langis.

Naramdaman niya ang pagyakap sa kanya ni Steed mula sa likuran. Nilingon niya ito. "Baka may makakita sa atin. Iisipin nila na in love na in love ka na nga sa akin," tukso niya rito.

"Nope. No one can see us kaya safe pa rin ang

reputasyon ko. I will always be the man na pinikot mo at sapilitang—"

Kinurot niya ito sa tagiliran na ikinatawa nito. Hinapit siya nito pasandal sa dibdib nito.

"Dapat ko na sigurong ikalat ang mga kinuha kong video mo," banta niya rito.

"Video?"

"Don't you know? May hidden camera sa bedroom natin. Naka-record ang lahat ng ginagawa mo roon, pati na ang mga ka-corny-hang sinasabi mo sa akin. The moment those videos go public, masisira `yang ipinagmamalaki mong reputasyon."

"You're evil!" bulalas nito.

Sabay silang natawa. Kapagkuwan ay dinampian siya nito ng masuyong halik sa gilid ng leeg.

"Dahil sa nangyaring ito, we can expect revenge from the cartel. We will surely be in for a fight," aniya.

"I'm sure we can handle them," sabi nito, kapagkuwan ay natigilan ito.

"Steed?"

Binitiwan siya nito. Sinundan niya ang direksiyong tinitingnan nito. Nagulat siya nang makita sa deck ng boat si Brian Montgomery, ang leader ng Avalon Knights! May hawak itong baril at nakatutok iyon sa kanila.

Agad na iniharang ni Steed ang katawan nito sa pagitan nila ng lalaki. "Brian? You're alive? How?"

Ngumisi si Brian. "Hindi ako gano'n kadaling

mamatay, little brother. Nasaktan ako nang mahulog sa building pero pinabagal ang pagbagsak ko ng mga awnings sa gilid ng building. I lost consciousness and broke several bones but I survived."

Hindi inaasahan ni Dallas ang ganoong komprontasyon. Hanggang maaari ay ayaw pa niyang malaman ni Steed na buhay ang kapatid nito.

"Nang madala ako sa ospital, madali nang i-bribe ang doktor na tumingin sa akin para palabasin na patay na ako," pagkukuwento nito. "As for the body you buried, napakaraming mapagkukuhanan ng katawan. All that was needed was to destroy its face para hindi ninyo malaman na hindi ako iyon." Itinutok nito sa kanya ang hawak na baril.

"Hindi mo na kailangang gawin ito, Brian. You don't have to work for Ravenhurst. You can walk away."

Nanlisik ang mga mata nito. "This is not just about Ravenhurst. Personal na ito. Kailangang mamatay si Dallas para bumalik ka sa katinuan. That woman has destroyed everything!" Itinuro siya nito. "I can't let her live!"

Ang takot na nararamdaman niya ay hindi para sa kanya. Kung nagawa ni Brian na makaakyat sa *Crimson Sails 2* nang hindi nila namamalayan, baka nakapaglagay na naman ito ng bomba! Ang isang bahagi ng isip niya ay nag-uutos na tumakbo siya sa ibaba at ipaalam sa lahat ang possible danger ngunit ang kabilang parte niyon ay natatakot na iwan si Steed.

Brian was a cold-blooded killer.

"Destroyed everything?" sabad niya sa usapan. "Hindi pa ako tapos. This is just the beginning," panggagalit niya rito. Gusto niyang manatili sa kanya ang atensiyon nito upang makagawa ng paraan si Steed para mapigilan ito.

Ngumisi si Brian. "Alam mo bang dahil sa ginawa ng team mo sa isla at sa pagkuha ninyo kay Miranda ay wala na akong mukha pang ihaharap sa cartel? I would become a laughingstock! No woman makes a fool of me!"

"Anyone can make a fool of you, Brian, because you're brainless!" tuya niya rito.

Ikinasa nito ang baril. "Brainless? You don't know what you are talking about. You have defeated me today, Dallas. Pero ngayong araw ding ito ay kukunin ko ang pinakaimportanteng bagay para sa iyo!" Itinutok nito ang hawak na baril kay Steed.

Natigilan siya. Hindi siya ang totoong target nito!

"They say it's easy to die, but harder to live. I'm sure you will suffer hard without your husband."

Ngunit imbes na paputukan ng baril si Steed ay bigla nitong sinugod ang una! Niyakap nito nang mahigpit si Steed at isinama sa pagtalon sa dagat. Napasigaw siya nang sabay na mahulog ang mga ito sa tubig!

Tinanaw niya ang paglubog ng mga ito sa dagat. Mabilis ang takbo ng *Crimson Sails 2* kaya agad na naiwan ang mga ito.

Tumakbo siya sa bridge. "Captain! Turn the boat around! Nahulog si Steed!"

Mabilis na sinunod ng kapitan ang utos niya. Bumalik sila sa kinahulugan nina Steed. Ngunit hindi na niya matanaw roon ang kanyang asawa. Binaril na ba ito ni Brian? Nilunod?

Nagsipaglabasan na sa deck ang iba pang members ng Crimson Team. Naramdaman marahil ng mga ito ang mabilis na pagbuwelta ng boat.

Si Recon ang unang tumalon sa dagat para iligtas si Steed. Nagsisunuran ang iba pang members ng Crimson Team.

Pinilit niyang magpakatatag. Pinigilan niya ang pag-iyak. Hindi maaaring basta na lamang mamatay si Steed. Buhay pa ito. Nararamdaman niyang buhay pa ito.

Ngunit naging mabilis ang paglipas ng sandali. Lumipas ang isang oras nang hindi pa rin nila nakikita isa man kina Steed at Brian.

Nilapitan siya ni West.

Umiling siya. "No! He can't be dead!" malakas na tanggi niya.

"Imposibleng maka-survive pa siya, Dallas. Pero sisiguruhin namin na makukuha namin ang kanyang katawan."

Napasalampak siya ng upo sa deck. Tuluyan na siyang napahagulhol. Wala na si Steed. Patay na ang lalaking pinakamamahal niya...

1

Thirteen years ago.

Panay ang bigay ni Rusty ng instruction kay Steed kung paano mapapatakbo nang maayos ang motorsiklo. Hiniram niya ang motorsiklo sa isang kabarkada niya para makapag-practice nang mabuti si Steed. Bagaman kayang-kaya nitong bumili ng sariling motorsiklo, gusto rin nitong ilihim sa mommy nito ang pag-aaral.

Steed's mother was dying of cancer. Gusto ng kaibigan niya na bago mamatay ang mommy nito ay maipasyal ito gamit ang motorsiklo. Kabilang daw kasi sa mga fondest childhood memories ng mommy nito ang pag-angkas sa motorsiklo ng ama nito noon.

Gustong ibalik ni Steed ang masasayang araw at alaala ng mommy nito. Siya naman ay gustong makatulong dito kahit sa maliit na paraan lang.

"Steady on the clutch! Kaunting bigay rin ng gas!" sigaw niya.

Sa edad na disisais ay mas matanda siya nang dalawang taon kay Steed. Mula nang magkakilala sila ay kuya na ang naging trato nito sa kanya. Ayos lang naman iyon sa kanya, sanay na siya. Hindi niya alam kung ano ang mayroon sa kanya at lahat ng mga nagiging kaibigan niya ay kuya ang nagiging trato sa kanya. Pinagkakatiwalaan ng mga ito ang mga opinyon at desisyon niya.

Dulot siguro iyon ng maaga niyang pagma-mature. Pero sa kalagayan niya—orphaned at an early age at palipat-lipat sa kamag-anak—ay maaga siyang natuto na umasa sa sariling kakayahan at talino. Maaga niyang natuklasan na walang mangyayari sa buhay niya kung iaasa niya iyon sa ibang tao. Wala siyang mga magulang na kakalinga at poprotekta sa kanya.

So he had learned how to take care of himself, how to be strong at higit sa lahat, kung paano makisama sa lahat ng klase ng tao.

Itinigil ni Steed ang motorsiklo sa tabi niya.

"O, ba't tumigil ka na? May isang oras pa tayo ng practice bago natin dadalawin sa ospital ang mommy mo, ah."

"Dumating kanina ang half brother ko na si Brian. Gusto niyang magkita kami. Iti-treat daw niya ako ng merienda. Marami rin daw kaming pag-uusapan. Gusto rin niya na sumabay sa pagdalaw sa mommy ko."

"Akala ko ba, gusto ng mommy mo na ilihim ang kalagayan niya sa mga kamag-anak ninyo sa US?"

"Isinekreto nga namin. Pero nalaman pa rin ni Brian. That's why bigla siyang pumunta rito."

"O, sige, umisod ka riyan. Ako na ang magda-drive at hindi ka pa masyadong sanay sa highway. Ihahatid na kita sa brother mo." Sumakay siya sa motorsiklo.

"Gusto ka rin niyang makausap, Rusty."

"Ako?" Nagulat siya. "Not a good idea. Kapag gusto akong makausap ng kamag-anak ng mga kaibigan ko ay isa lang ang ibig sabihin n'on: pagsasabihan ako na layuan ko ang anak nila at baka madamay sa akin. Alam mo naman na siga at kanto boy ang tingin sa akin ng lahat."

"Except my mom. Nakita niyang sa kabila ng rough exterior mo, you are a good person."

Natawa siya. "Mabait naman kasi talaga ang mommy mo. Hindi ko magawang magsiga-sigaan sa harap niya. Pero ibang usapan na ang pakikipagharap sa brother mo."

"You should meet him," giit nito.

"Teka, mukhang ninenerbiyos ka sa kanya, ah. Gusto ba talaga niya akong ma-meet o gusto mo lang na samahan kita sa pakikipag-usap sa kanya?"

Nagkamot ito sa ulo. Fourteen years old na ito pero parang bata pa rin. Kay daling mahuli ito kapag nagsisinungaling.

Napabuntong-hininga siya. "Sige na nga, sasamahan na kita."

Halos umabot hanggang tainga ang ngiti nito.

AMERIKANUNG-AMERIKANO ang hitsura ni Brian—blonde, blue-eyed, at lagpas six feet ang height. Para ding isang athlete ang pangangatawan nito—lean and muscular. Hindi ito mapagkakamalan na kapatid ni Steed. Ang hula niya ay nasa early twenties ang edad nito.

Mahigpit na nakipagkamay ito sa kanya.

"`Nice to meet you, Sir," magalang na sabi niya.

Tumawa ito. "Just call me 'Brian.'" Tinawag nito ang isang waiter. "Let's start ordering food."

Habang hinihintay nilang tatlo ang pagkain ay nagsalita si Brian. Sinabi nito sa kanila ang dahilan ng pagpunta nito sa Pilipinas.

"I'll be taking care of you, Steed."

"I can't leave right now. My mom needs me," protesta ni Steed.

"Hindi kita isasama sa US ngayon. Pero kapag mag-isa ka na, babalikan kita at kukunin. Our dad is too busy with his job and his new wife to take care of you."

Gumuhit ang pagtataka sa mukha ni Steed. "You never... I mean, no'ng nasa US pa ako ay hindi mo naman ako pinapansin. You barely talked to me."

"Sorry about that. I was young. And to be honest, medyo nagseselos ako sa atensiyon na ibinibigay sa iyo ng daddy natin. But after he divorced your mom and exiled the two of you here, I realized na pareho lang pala tayo ng kapalaran. Isa pa, kahit magkaiba ang ating mga ina, we share the same blood. We are brothers. As your older brother, it's my duty to take care of you."

Tumingin sa kanya si Brian. "Thanks for being here for my brother. I owe you a lot."

"Ah, it's nothing. Wala naman akong ginawa."

Ngumiti ito. "Based on what I heard, you protected my little brother from school bullies. Ang kahit sinong gumawa ng mabuti sa kapatid ko needs to be rewarded."

Umiling-iling siya. "I have no choice in the situation. Nakakaawa naman kasi ang hitsura niya noon."

"Of course not!" malakas na protesta ni Steed.

Natawa siya nang malakas. Ganoon din si Brian na nakuha ang joke niya.

"Look, Rusty, if ever you need help or a job, just call me up. I belong to a company that needs good men."

"High school graduate lang ako, Brian. Hindi pa ako nakakatuntong ng kolehiyo dahil busy ako sa pagtatrabaho sa isang construction company."

"I could offer you a better job than that."

"No, thanks. Kaya ko pa namang suportahan ang sarili ko. And I'm quite sure na mapapag-aral ko ang sarili ko. Nag-iipon naman ako, eh."

Ngumiti ito. Kapagkuwan ay bumaling ito kay Steed. "You do know how to pick reliable and independent friends, little brother."

Pagkatapos nilang mag-merienda ay sabay-sabay silang lumabas ng restaurant. May dalang sasakyan si

Brian pero mas pinili ni Steed na umangkas pa rin sa motorsiklo niya. Nauuna sila. Nakasunod sa kanila si Brian.

"Okay naman pala ang brother mo, ninerbiyos ka pa," komento niya nang nagbibiyahe na sila ni Steed.

"Aloof kasi siya sa akin dati. Mayabang din ang dating niya."

"Lahat naman ng tao ay nagbabago. Nakita mo naman, mula sa pagiging duwag ay isa ka na ngayong chick magnet."

"Loko! Ikaw itong tulak nang tulak sa akin sa mga babae, eh!"

Natawa siya. Pinaharurot niya ang motorsiklo. Noon niya napansin ang malaking track sa kabilang lane. Tinutumbok niyon ang sinusundang kotse! Binundol niyon ang kotse bago iyon nagmaniobra patungo sa lane nila!

Pasalubong iyon sa kanila! Naulinigan niya ang sigaw ng driver. Wala raw break ang sasakyan nito!

Ngunit masyadong mabilis ang mga pangyayari, hindi niya nagawang maiiwas pa ang motorsiklo. Sumalpok iyon sa unahan ng truck!

Nakabitiw siya sa motorsiklo. Humagis ang kanyang katawan dahil sa malakas na impact. Lumipad siya diretso sa salaming bintana ng truck!

Lumusot ang kalahati ng katawan niya sa salamin! Nakaramdam siya ng matinding sakit sa dibdib bago siya nawalan ng malay.

NASA ospital na si Rusty nang pagbalikan siya ng malay. Kumikirot pa rin ang kanyang dibdib. Ngunit mukhang naayos na ng mga doktor ang anumang naging sugat niya roon dahil nababalot na iyon ng benda.

Ang unang pumasok sa isip niya ay si Steed. Ano na ang nangyari dito?

"You have survived, Rusty," anang isang pamilyar na tinig.

Bumaling siya sa direksiyong pinanggalingan ng tinig. Nakita niya si Brian.

"Si Steed? K-kumusta siya?"

Huminga ito nang malalim.

"Tumalsik siya sa motorsiklo. And in spite of the helmet he wore, na-damage pa rin ang brain niya nang tumama ang kanyang ulo sa kalsada."

"H-he's dead?" Kasalanan niya ang nangyari. Kung pinasakay na lamang niya si Steed sa kotse ng kapatid nito, malamang na buhay pa ito.

"Brain dead. At ayon sa mga doktor ay wala nang pag-asa pang maka-recover siya."

"I-I'm sorry..." Nangilid ang mga luha niya. Natatandaan niyang tatlong taong gulang siya nang huli siyang umiyak. Kung bakit ay hindi na niya matandaan. Ngayon na lang uli siya umiyak. Kasalanan niya ang nangyari kay Steed.

Humila si Brian ng silya. Inilagay nito iyon sa tabi ng higaan niya at saka ito umupo.

"Nang humagis ka sa bintana ng truck, your heart was damaged by the broken glass. The doctors could not repair it. To save you, you needed a heart transplant right away."

Natigilan siya. Napatingin siya sa nabebendahan niyang dibdib.

"Kung hindi agad nakakita ng donor ang mga doktor, you would be dead by now."

"A donor?"

"Nang ipa-test ko si Steed ay nalaman ko na match ang blood ninyo. That he—"

Mabilis ang dating sa kanya ng realisasyon. Nabuhay siya dahil taglay na niya ngayon ang puso ng kaibigan niya! Ibig sabihin din niyon ay...

"Y-you let him die?"

Huminga ito nang malalim bago sumagot. "He is already dead. Isa pa, nasisiguro ko na kung malalaman niya na siya lamang ang makakapagligtas sa iyo, he would gladly give you his heart to let you live. At least this way, maaari siyang mabuhay. A part of him could live on through you."

Matagal siyang hindi nakaimik.

"I owe him my life," wika niya kapagkuwan.

"Yes. And you need to do something for him, Rusty."

"Kahit ano!"

"You need to become Steed."

Napamaang siya.

"Steed's mother... Pinaniwala ko siyang buhay pa si Steed at ikaw ang namatay. I don't think kakayanin niyang malaman na ang kanyang pinakamamahal na anak ay nauna pang namatay sa kanya."

"But how can I be Steed? Hindi kami magkamukha."

"You two are almost of the same height and body size. Palalagyan lang natin ng benda ang mukha mo. As for your voice, madali na nating maikakatwiran na naapektuhan iyon ng nangyaring aksidente. Besides, Steed's mother can't really hear very well now. At kilala mo ang kapatid ko. Alam mo ang ugali niya at iba pang mga bagay tungkol sa kanya. Kung meron mang tao na magagawang magpanggap na siya, ikaw iyon, Rusty.

"You must do this for Steed," giit nito. "Kailangan mong tapusin ang tungkulin niya sa kanyang ina. You don't have to pretend forever. Kailangan mo lang na maging si Steed hanggang sa mamatay na ang kanyang ina. She only had a few more months to live. We should or rather, you should make her happy during her last few days. That is what Steed wants, right?"

Tumango siya. Utang niya kay Steed ang ikalawang buhay niya. Gagawin niya ang lahat para maipagpatuloy ang tungkulin nito. Paliligayahin at pasasayahin niya ang mommy nito sa abot ng makakaya niya.

2

Present day.

Mula sa isang submarine na tahimik na naglalayag sa ilalim ng dagat ay pinapanood ni Rusty Montgomery ang *Crimson Sails 2.* Palayo na iyon sa kinaroroonan nila.

Ang lahat ng mga pag-uusap sa loob ng *Crimson Sails 2* ay malinaw niyang naririnig dahil sa hidden microphone na inilagay roon ni Brian nang umakyat ito sa boat. Nare-record din nila ang lahat ng usapan doon.

Hindi maikakaila ang kalungkutan sa tinig ng mga pasahero ng *Crimson Sails 2.* Sinusundot ang kanyang konsiyensiya kapag naririnig niya ang pag-iyak ni Dallas dahil sa pagkamatay ng asawa nitong si Steed. Ngunit kailangang mamatay si Steed. Hindi na kailangan ng cartel ang serbisyo ni Sylvester "Steed" Allivar.

Napalingon si Rusty nang maramdaman niya ang kamay na dumantay sa kanyang balikat.

"Sir, Mr. Masterson is on the phone."

Tumango siya. Naipaalam na tiyak ni Dr. Vostok ang nangyari. Ngunit kailangan pa rin ni Mr. Masterson ng mas detalyadong report mula sa kanya.

Isinara niya ang periscope. Inutusan niya ang nasa bridge na ibaba na ang periscope at simulan na ang paglalakbay pabalik sa Bahamas.

Nagpunta siya sa quarters ni Brian na ngayon ay nagsisilbing quarters niya. In fact, lahat ng pag-aari ni Brian ay kanya na ngayon, ganoon din ang papel ng pagiging leader ng Avalon Knights.

"Good evening, Mr. Masterson," bati niya sa leader ng cartel at presidente rin ng Ravenhurst nang makausap niya ito sa radyo.

"Is everything all right, Rusty?"

"Yes, Sir. I have taken over here."

"I'm sorry about Brian. Your brother is a great loss to our organization. But he was also becoming a liability. His blood thirst has become uncontrollable. Hindi kita sinisisi sa ginawa mo."

Napatiim-bagang siya. Hindi niya ginusto o sinadya ang pagkamatay ni Brian.

"Now that you are the leader of the Avalon Knights, I expect you to be a better leader than him. Mas malaki ang potential mo, Rusty."

"I understand, Sir. Brian has trained me well. And he died for me. Para mabalik ako sa tamang pag-iisip." Hindi niya naiwasang igiit iyon.

"Are you really back, Beta?"

"I am, Sir. At ako na ngayon ang magiging Alpha sa Avalon Knights."

"Don't let me down, Alpha," may diin ang bawat salita na sabi nito.

"No, Sir. The Avalon Knights will rise and become much stronger. At patuloy naming poprotektahan ang interest ng cartel at patatahimikin ang kalaban niya."

"That's good to hear." Naputol na ang koneksiyon.

Nagtungo siya sa cargo compartment. Sa malaking freezer doon ay naroroon ang bangkay ni Brian na na-retrieve nila. Isinakripisyo ni Brian ang buhay nito upang maibalik siya sa katinuan. Ipagpapatuloy niya ang trabaho nito bilang bayad sa sakripisyo nito.

"You will have a proper burial, Brian. I promise you that."

Nagbalik sa isipan niya ang huling mga sandali ng buhay nito. Hindi pa bumabalik sa kanya ang kanyang mga alaala noon. Iniisip pa rin niya na siya si Steed. Ngunit nang maipit ang paa ni Brian sa batuhan habang naglalaban sila sa ilalim ng dagat ay hindi niya ito nagawang iwan. Pilit na inalis niya sa pagkaka-stuck ang paa nito. Noon niya naramdaman ang mga kamay na pumipigil sa kanya, humihila. Mga tauhan ni Brian iyon na nakasuot ng scuba gears. Inakala niya na papatayin siya ng mga ito ngunit taliwas doon ang ginawa ng mga ito. Binigyan siya ng isa sa mga ito ng oxygen tank para makahinga siya sa ilalim ng dagat. Kapagkuwan ay dinala siya ng mga ito sa submarine.

Naputol ang daloy ng mga alaala nang maramdaman niya ang pagbukas ng pinto ng tulugan niya. Nag-angat siya ng mukha at nakita niya si Dr. Vostok. Ito ang nagbalik sa kanya sa pagiging si Rusty nang madala siya ng mga tauhan ni Brian sa loob ng submarine.

"You didn't kill him, Rusty."

"But I could have saved him if—"

Umiling ito.

"No. Ayon sa mga divers natin ay patay na si Brian nang matagpuan kayo. You could have died also dahil ayaw mo siyang iwan. Kung hindi ka nabigyan ng hangin ng mga divers ay namatay ka rin. Hindi mo na kailangang magpaliwanag sa akin. You are the last person to ever want him dead. He was like a brother to you."

"B-but I betrayed him. Dahil sa isang babae. I almost killed him then." Napayuko siya.

Naibalik na ang lahat ng alaala niya. Ngunit nanatili pa rin ang mga alaalang naipon sa isipan niya noong nagpapanggap pa siya bilang si Steed Allivar.

"Doctor, can't you take away those memories na nakuha ko bilang si Steed Allivar?"

"No. I'm sorry. Besides, kakailanganin mo ang lahat ng impormasyong nalaman mo noong nagpapanggap ka pa bilang si Steed."

Kasama rin sa mga alaalang iyon ang naging relasyon niya kay Dallas Miranda. Gusto niyang makalimutan ang naging damdamin ni Steed para sa babae. Hindi sa kanya iyon. Ayaw niyang maapektuhan ang mga desisyon niya ng mga alaala ni Dallas.

Bilang leader ng Avalon Knights, kailangan niyang wasakin ang Ocean Oil, Inc. At kung kinakailangang patayin...

Napakislot siya. Ang pagkakaalam ng lahat ay patay na si Salvador Rodriguez! Ngunit base sa alaala ni Steed ay buhay pa ito!

"I need to have a meeting with the members of the Avalon Knights, especially with Epsilon. Hindi pa niya tapos ang kanyang trabaho." Tiningnan niya ang doktor. "I'm afraid, Doctor, na hindi ko na kakailanganin pa ang serbisyo mo. But you will be well-compensated for all you've done."

Tumango ito.

"That is what I expect from you, Alpha. If ever you need my services—"

"Alam ko kung paano kita mako-contact." Kinamayan niya ito.

ISANG linggo na ang nakararaan mula nang mamatay si Steed. Hindi pa rin natatagpuan nina Dallas ang katawan nito. Sumuko na ang mga coast guards sa paghahanap.

Batid niya na k ailangan niyang maging malakas at matatag. Ngunit hindi niya nakayang gawin iyon. Naging mahina siya. Hindi niya napigilan ang pagbaha ng kalungkutan at pagtulo ng mga luha niya.

Itinago niya iyon sa pamamagitan ng pagkukulong

sa condo unit niya. Wala siyang tinatanggap na tawag o bisita. Gusto niyang mapag-isa. Gusto niyang magluksa on her own.

Her husband was dead. And her father was missing. Bukod doon, hindi pa tapos ang pakikipaglaban nila sa Ravenhurst at sa Avalon Knights. Naririyan pa ang Ocean Oil, Inc. at ang Crimson Team ngunit bago niya pakiharapan ang mga ito ay kailangan niyang maging malakas.

Anong klaseng leader siya kung tuwing mababanggit ang pangalan ni Steed ay hahagulhol siya ng iyak?

Hindi man niya maitatago ang pagluluksa ngunit maitatago niya ang emotional breakdown.

Madalas ay nakahiga lamang siya sa kama sa kuwarto nila ni Steed. Yakap-yakap niya ang unan ng nasirang asawa. Minsan, kapag gabi ay nakadungaw siya sa bintana at tinitingnan ang mga ilaw ng siyudad.

Normal nang nakakatulog siya sa sofa. Ang madalas na gumigising sa kanya ay ang maliwanag na sikat ng araw. Ngunit iba nang umagang iyon. Isang malakas na boses ang gumising sa kanya.

"Hanggang kailan ka magmumukmok, Dallas?" Puno ng panunuya ang tinig ni Miranda.

Sa kabila ng bigat na dinadala sa dibdib ay sumiklab ang inis niya rito. Bale-wala sa kanya kung nakatali man ang isang kamay nito at paika-ika pa ang paglakad.

"Ano'ng ginagawa mo rito? At paano ka nakapasok dito?" pagtataray niya.

Itinaas nito ang isang susi. Duplicate key iyon ng front door ng condo unit niya.

"You are pathetic, Dallas!" sabi nito.

"At sino ka para pagsabihan ako ng ganyan? In case nakalimutan mo, you owe me and my team your life. Kung hindi ka namin iniligtas, baka namatay ka na sa islang iyon."

Namaywang ito. "Bakit sa tingin mo ako naririto? I am paying back my debt."

"Babayaran? Akala mo ba, mababayaran mo—"

"I am saving your pathetic life!"

"I don't need saving!"

"Oh, yeah? Look at you! Ikaw ang president at CEO ng Ocean Oil. Kailangan ng kompanya at ng iyong team ang leadership mo. Pero ano'ng ginagawa mo? Nagkukulong ka rito? My God! And all of this because of one man!"

"Steed is not just one man! At hindi ako katulad mo na walang emosyon! I have every right to grieve for my husband!"

"There's a time to grieve and a time to fight. Ravenhurst and the cartel are not going to wait until you get over your depression. Tiyak na sa mga oras na ito ay gumagawa na sila ng plano kung paano makakaganti sa inyo. Or maybe their plan is already in motion."

"Akala mo ba, hindi ko alam iyon? But in case

nakalimutan mo, I'm human and I need to grieve first bago ako makapag-isip nang maayos."

Hinawakan siya nito sa kamay at sapilitang pinatayo.

"You have grieved enough already! You won't heal your heart by staying here. You need to fight, have a goal! And if you are lucky enough, mawawala rin as time passes `yang sakit sa dibdib mo."

"Wala kang karapatan na pagsabihan ako kung ano ang dapat at hindi ko dapat gawin!" asik niya rito.

"Oh, yeah? If you are not going back to your company, then I will manage it myself!" anito, sabay lakad palabas.

Natigilan siya. Ang emotionless at walang sense of morality na abogada ay makikialam sa kompanya ng daddy niya? *Never!*

NATANGGAP ni Salvador Rodriguez ang e-mail message mula kay Alpha. Kay Epsilon naka-address iyon pero ang totoong Epsilon ay kasalukuyang nakakulong. Pansamantala ay nagpapanggap siya bilang Epsilon. Hindi mahirap gawin iyon dahil walang nakakakilala sa mga members ng Avalon Knights maliban sa mga members lamang nito. Ang communication sa bawat members ay sa pamamagitan lamang ng text messages at e-mails. Gumagamit pa sila ng password.

Sa ganoong paraan ay nakakakuha siya ng impormasyon na kailangan niya para malaman ang bawat hakbang ng Ravenhurst at ng cartel. Ngunit sa pagpapanggap niya bilang si Epsilon ay kinailangan din niyang panatilihing patay sa isipan ng mundo ang kanyang sarili.

Gustuhin man niyang makipagkita sa kanyang asawa at anak ay hindi niya magawa. Nang mga nagdaang araw ay nagkaroon ng maraming developments. Ang tanging link niya sa Ocean Oil, Inc. ay si West. Dito niya ipinapadala ang lahat ng impormasyong nakukuha niya. Hindi niya maaring tawagan si Dallas dahil under constant surveillance ito ng mga tauhan ng Ravenhurst ayon sa members ng security team niya na nakabantay sa kanyang anak.

Ang message na natanggap niya ngayon—bilang si Epsilon—mula sa bagong leader ng Avalon Knights ay tungkol sa isang meeting. Face-to-face na paghaharap iyon na hindi niya madadaluhan dahil agad siyang makikilala ng mga members. But he could observe and record all the conversations na nangyayari sa meeting na iyon. Nakalagay naman kasi sa message kung saan ang meeting place. Kailangan lamang niyang mauna sa lugar na iyon.

Ang meeting place ng mga members ng Avalon Knights ay gaganapin sa isang private beach house sa Florida, USA. Nakita niya ang beach house dalawang araw bago ang meeting. Palihim na nilagyan niya ng listening devices ang mga kuwarto ng bahay. Tinawagan din niya sina Javier at Francisco, ang dalawa sa members ng security team niya para samahan siya. Hopefully ay makarating ang mga ito sa oras at mabigyan siya ng backup.

Isang oras bago ang scheduled meeting ng mga Avalon Knights ay nakaposisyon na siya sa isang mataas na lugar. Tumawag na rin sa kanya sina Javier at Francisco. In thirty minutes ay makakarating na ang mga ito sa kinaroroonan niya. By that time siguro ay hindi pa tapos ang meeting at maaari nilang masorpresa at mahuli ang lahat ng natitirang miyembro ng Avalon Knights. Oras na para mabuwag ang mercenary group.

Gamit ang binoculars ay kitang-kita niya ang kabuuan ng beach house. Tatlo na lamang ang nalalabi sa limang miyembro ng Avalon Knights. Brian was dead and Epsilon was in jail. Ang natitira ay sina Beta, Gamma, at Delta. Malakas ang kutob niya na ang misteryosong si Beta ang siya na ngayong tinatawag na "Alpha."

Isa-isa nang nagdatingan ang mga miyembro. Isang Japanese na nakamotorsiklo ang unang dumating. Kinuhanan niya ito ng larawan. Ang sumunod ay isang Italian guy na lulan ng red Ferrari. Iba-iba pala ang nationality ng mga members ng mercenary group.

Noon niya narinig ang tunog ng isang paparating na helicopter. Malamang ay ito ang ikatlo.

Tatlong lalaki ang bumaba mula sa chopper. Ang hula niya ay isa sa mga ito si Beta. Malinaw na ang dalawa ay bodyguards at ang ikatlo ay...

Napatanga siya! Hindi siya maaaring magkamali, si Steed ang ikatlo! Buhay pa ito!

Sinalubong ito ng Japanese at Italian member ng Avalon Knights. Nagkamay ang mga ito.

Bigla ang dating ng realisasyon sa kanya. Si Steed ang misteryosong si Beta! Ngayon ay malinaw na sa kanya kung bakit wala siyang natatanggap na communication mula kay Beta. Kasalukuyan itong nagpapanggap at nag-eespiya sa kompanya niya!

Nagtagis ang mga bagang niya. Steed made a fool of him! At ipinakasal pa niya ito sa kanyang anak!

"Damn you, Steed!" nagngingitngit na usal niya.

Pumasok sa beach house ang tatlong lalaki. Nanatili sa labas ang dalawang bantay. Narinig niya ang pag-uusap ng mga ito sa headphones niya na nakakatanggap ng signal mula sa hidden microphones na naka-install sa loob ng beach house.

"Epsilon is still not here," anang isa sa mga lalaki.

"That's not like him. He is always on time," komento naman ng isa pa.

"Don't worry, gentlemen, he will soon be joining us for lunch," pahayag ni Steed.

Ipinagtaka niya ang sinabi nito. Bakit tila sigurado ito na darating si Epsilon? Nalaman na ba nito kung saan nakakulong ang kasamahan nito? Pero kung alam na nito na nakakulong si Epsilon, malamang ay batid na rin nitong nagpapanggap siya bilang si Epsilon!

Isang malamig na bagay ang naramdaman niyang

dumantay sa batok niya. Nang lumingon siya ay dalawang lalaking may hawak na mga baril ang nakita niya.

"Alpha wants to see you, Epsilon," pahayag ng isa.

PAGKATAPOS ng meeting ni Dallas sa mga boards of directors ay sumunod na hinarap niya ang Crimson Team. Napataas ang isang kilay niya nang makita niyang nasa silid din si Miranda.

"Ano'ng ginagawa ng babaeng iyan dito?"

"She is helping us. She'll give us information about the cartel," sagot ni West.

Nilapitan ni Recon si Miranda. Hindi nakaila sa kanya ang protective stance na iyon.

"Don't worry, she won't cause any more problem for Ocean Oil," paniniyak nito.

Tumingin siya kay Miranda. Tinaasan siya nito ng kilay. Diskumpiyado talaga siya rito, lalo pa at mukhang tuluyan nang nabaliw rito ang oceanographer ng Crimson Team.

Isa siyang matchmaker, pero kaya rin niyang paghiwalayin ang isang couple. At kung mayroong couple na hindi dapat magkatuluyan, sina Miranda at Recon iyon. Gagawin lamang ng una na miserable ang buhay ng kaibigan niya.

Biglang bumukas ang pinto. Pumasok doon ang kanyang ama.

"Daddy!" bulalas niya.

"Dallas, we have a big, big problem," seryosong sabi nito.

"Ano'ng problema?" sabad ni West na napatayo pa.

"Steed is alive and well!"

Pakiramdam ni Dallas ay bigla siyang nabuhay. Pinigilan niya ang sarili na mapaiyak sa tuwa.

"Where is he?" tanong ni Craven.

"He's with the enemy," nakatiim-bagang na sagot ng daddy niya.

"Bihag siya?" Nahintakutan siya.

Malungkot na umiling ito. "No, Dallas. Steed never existed."

"What?"

"Steed Allivar died when he was fourteen years old. Isang lalaki na nagngangalang 'Rustico Magtanggol' ang kumuha sa kanyang katauhan. Siya na ngayon ang leader ng Avalon Knights. Kaaway natin siya at gagawin niya ang lahat ng paraan para mapigilan tayo sa pag-launch ng lantillas oil sa market."

3

Twelve years ago.

Hindi naniniwala si Rusty sa epekto ng dasal. Para sa kanya, taglay ng isang tao ang lahat ng kakayahan para gawin o tuparin ang pangarap nito. Hindi iyon dapat iniaasa sa Diyos o inihihingi ng tulong sa pamamagitan ng dasal.

Kaya sa harap ng puntod ng kalilibing pa lamang na ina ni Steed, sa halip na magdasal ay umusal siya ng ilang salita ng pamamaalam at paghingi ng tawad. "Forgive me for deceiving you, Ma'am. Pero ginawa ko lamang ang sa tingin ko ay gustong mangyari ni Steed sa nalalabing panahon ninyo sa mundong ito. By now, you and Steed must be together. And I thank you for treating me and loving me as your son."

Ang lapida sa libingan sa tabi ng ina ni Steed ay may pangalang "Rustico Magtanggol." Ngunit ang nakalibing doon ay si Steed. Kinailangang gawin nila iyon ni Brian upang mapanatili ang pagpapanggap niya.

Siguro ngayong wala na ang ina ng kanyang kaibigan ay dapat na rin niyang ipabago ang pangalan sa lapida.

Hindi na niya kailangan ang benda sa kanyang mukha. Dahan-dahang inalis niya iyon. Ipinatong niya iyon sa puntod ng babae. Bahagi iyon ng kanyang pagbabalatkayo at dumating na ang oras para balikan niya ang kanyang tunay na katauhan.

"So, what do you plan to do now?" tanong ni Brian na kanina pa tahimik na nakatayo sa likuran niya.

"Leave this place. Mahirap magpaliwanag kung paano ako muling nabuhay at namatay si Steed."

"May mga kaibigan ka rito, `di ba?"

"Yeah. Pero hindi na nila ako kailangan. I can always find new friends in other places."

"Saan mo balak pumunta, Rusty?"

"Ilocos, Baguio, Cebu o Davao. Kahit saan ay kaya kong mamuhay. I can always adjust."

"How about Chicago? Or New York?"

"Wala akong sapat na pera para makarating doon. Kung meron man, baka hindi ako payagan ng US embassy," pagbibiro niya.

"I can take you with me right now."

Naguluhan siya. "Paano? `Di ba, taon ang binibilang para maipetisyon ang isang tao? At hindi naman tayo magkamag-anak. Bakit nila ako papayagang pumunta sa US?"

"Pero kung mabibigyan ka ng pagkakataon na makarating sa US, are you going to take that chance?"

"Why not?"

Isang passport ang ibinigay nito sa kanya. Binuksan niya iyon. Passport iyon ni Steed. Malinaw na nakatala roon na nananatiling isang American citizen ang kaibigan niya. Makakabalik ito sa US anumang oras gustuhin nito. Ngunit imbes na larawan ni Steed ang naroroon, ang sarili niyang larawan ang nakalagay roon.

"Is this fake?"

"No. Iyan talaga ang passport ni Steed. I only made some changes. You can use that. Walang sinuman na sisita sa iyo. Pagdating na natin sa US ay saka natin ayusin ang proper documentation mo. So, how about it?"

"Bakit mo ito ginagawa, Brian?"

"Because you are taking care of my brother's heart. Isa pa, mula nang magpanggap ka bilang si Steed ay itinuring na rin kitang parang tunay na kapatid."

Hindi niya maikakaila ang kasiyahang naramdaman niya dahil sa sinabi nito. Mula nang magkaisip siya ay wala siyang natandaang tao na tumulong sa kanya. Lagi ay siya ang tumutulong, ang hinihingan ng proteksiyon. Pinatibay niya ang kanyang dibdib. Sinabihan niya ang kanyang sarili na hindi niya kailangan ang pag-aaruga at atensiyon ng ibang tao.

Pero ngayon ay na-realize niyang masarap din pala na mayroong taong maaasahan niya, isang taong tutulungan siya at ituturing na nakababatang kapatid.

"So, what do you say, little brother? Do you want

to come with me?"

"Ayokong maging pabigat sa iyo, Brian."

"Sino'ng maysabi na magiging pabigat ka. The fact is, I'm working for a big company and I need an assistant. Of course, mag-uumpisa ka sa minimum wage. Pero sa pagtagal ay lalakihan ko rin ang suweldo mo."

Napangiti siya. "I'm in then!"

Nakangiting tinapik nito ang balikat niya. "Start packing your bags then."

BAGAMAN ayon sa passport ni Rusty ay siya si Steed, hindi siya kailanman tinawag ni Brian na "Steed." Pinapanatili nito ang kanyang tunay na pagkatao. Sa pagtatrabaho niya rito ay natuklasan niya na miyembro ito ng isang elite group. Animo bodyguards ito ng mga kilala at mayayamang personalities.

Lima ang miyembro ng group. Siya ang masasabing ikaanim. Pero dahil siya ang pinakabata, madalas ay nagiging utusan din siya ng apat pang miyembro bukod kay Brian. Marami rin siyang kinailangang matutuhan.

Lagi siyang isinasama ni Brian sa training ng mga ito. Mula sa paggamit ng baril hanggang sa martial arts ay pinag-aralan niya. Sanay na siyang lumaban noon, pero street fighting iyon. Sa training na ipinagawa sa kanya ni Brian ay natutuhan niya hindi lamang kung paano agad na matatapos ang isang laban kundi kung paano rin mapapanatiling hindi siya nasasaktan.

Gumagamit din ng mga modern gadgets ang grupo. At nang matiyak ni Brian na properly trained na siya ay sinimulan na nitong isama siya sa mga misyon ng grupo. Sa edad na disiotso ay eksperto na siya sa pagsusubaybay sa tao, sa pakikipaglaban, at higit sa lahat sa paggamit ng mga armas.

Aside from fighting and shooting, Brian also had him trained as a driver and pilot. Nasundan iyon ng pagpapaandar ng lahat ng klase ng sasakyang-pandagat. May kakaiba raw kasi siyang talent pagdating sa paghawak ng mga sasakyan.

Malaki ang suweldo niya rito. Sa katunayan, nagawa niyang makabili agad ng sariling bahay at motorsiklo. Of course, ang pangalang gamit niya ay Steed Allivar bagaman para kay Brian at sa mga kagrupo nila ay siya pa rin si Rusty.

Binale-wala na lamang niya iyon dahil natuklasan niya na ang iba pang miyembro ng grupo ay may mga aliases din na tulad niya. Kapag walang trabaho ang mga ito ay bumabalik ang mga ito sa ordinaryo at simpleng buhay gamit ang isang fake name. Brian called himself "Montgomery" kapag nagtatrabaho. Siya naman ay nakatuwaan ng mga kagrupo niya na tawaging "Rusty Montgomery."

Bilang Brian Allivar ay isa itong sikat na nature filmmaker. Bilang Montgomery naman ay leader ito ng mercenary group nila. Walang pangalan ang grupo nila. Tinatawag lamang sila ni Brian na "The Team."

Isa sa pinakamalaking kliyente nila ay ang malaking oil corporation na Ravenhurst.

"So, this is your brother," ani Mr. Masterson, ang may-ari ng Ravenhurst, nang makaharap nila ito.

"Yes, Sir. I have been training him para kahit wala ako ay maaari niya akong palitan," may pagmamalaki sa tinig na sabi ni Brian. Hindi na siya kailangan pang ipakilala nito bilang kapatid pero ginawa pa rin nito. Totoo ngang isa nang kapatid ang turing nito sa kanya.

Tumangu-tango si Mr. Masterson habang hinahagod siya ng tingin. "He's got spunk. Diretso siya kung tumingin. And in spite of his pretty face, malinaw na may karakter siya."

May-edad na si Mr. Masterson. Ngunit mararamdaman ninuman ang kapangyarihang taglay nito. Makikita rin ang talino at katusuhan sa mga mata nito. Dahil sa mga radikal na desisyon at kakaibang pamamalakad nito sa Ravenhurst ay maraming galit sa nasabing kompanya. Inaakusahan ng mga environmentalist ang kompanya na nagdudulot ng polusyon. Naririyan din ang mga disgruntled employees ng ibang kompanya na nawalan ng trabaho dahil sa pag-take over ng Ravenhurst sa kompanya ng mga ito. Hindi niya malaman kung kaiinisan o hahangaan niya si Mr. Masterson. Sa kabila kasi ng pagkakaroon nito ng maraming kaaway ay wala siyang makitang takot sa mukha nito. Larawan ito ng katatagan at ng kasiguruhan sa bawat desisyon. Karamihan sa mga kakilala niya ay laging hindi malaman kung ano ang gagawin, puno ng indecisions sa buhay.

Sa pagpapakilala sa kanya ni Brian kay Mr. Masterson ay tuluyan na niyang naramdaman na parte siya ng The Team, na importante ang parte niya dahil siya pala ang nakatakdang maging substitute ni Brian kapag hindi ito maaaring tumayong leader.

"No one is right or wrong in any situation, Rusty. We simply choose sides." Iyon ang madalas na sabihin sa kanya ni Brian.

Nang magkaproblema ang Ravenhurst sa isa sa mga oil refineries nito sa Canada ay ang grupo nila ang agad na tinawagan ni Mr. Masterson para ayusin ang problema. Hindi kasi technical ang problema. Isang dating disgruntled employee ng Ravenhurst na nagngangalang "Salvador Rodriguez" ang nagpasimuno ng gulo sa refinery. Nagsama ito ng mga environmentalist para mapatigil ang operasyon ng refinery. Sa di-maipaliwanag na dahilan ay nakumbinsi rin nitong kumampi rito ang ilan sa mga empleyado ng refinery. H-in-ostage ng mga ito ang processing plant.

Pinapanatili ni Brian ang van nila sa labas ng compound. Marami raw kasing surveillance cameras at mahirap na kapag na-detect ng mga hostage takers ang van.

Ang plano ay palihim na papasok ang grupo nila gamit ang dilim ng gabi.

Sa isang burol niya ipinarada ang van. Gusto sana niyang sumama ngunit hindi pumayag si Rusty.

"We need someone here in case na magtangkang tumakas ang mga hostage takers. You take care of them, Rusty," sabi nito, sabay tapik sa balikat niya.

Mula sa van ay sinubaybayan niya ang galaw ng team gamit ang binoculars. Ang bawat isa sa kanila ay may radyo. Madali ang communication sa kanila. Kung kakailanganin ng mga ito ang tulong niya ay agad siyang mako-contact.

Ang purpose ng The Team ay hulihin at tanggalan ng armas ang mga hostage takers. Pero ayon sa nakuha nilang impormasyon sa mga bosses ng Ravenhurst, mapanganib ang mga hostage takers dahil hindi lamang baril mayroon ang mga ito kundi pati bomba. Kasama sa ipinapanakot nina Rodriguez ang pagpapasabog sa buong refinery kung hindi pagbibigyan ang demands ng mga ito. Hindi kayang ibigay ng Ravenhurst ang gusto ng mga ito kaya ipinadala ang team ni Brian.

Magaling ang The Team. Laging matagumpay ang misyon ng mga ito. Inaasahan na niya na bago matapos ang gabi ay maililigtas nila ang mga hostages at matatalo si Rodriguez at ang mga kasama nito.

Ganoon na lamang ang pagkagulat niya nang marinig niya sa radyo na hawak niya ang sigaw ni Brian! Nasundan iyon ng mga mura ng iba pang members ng team.

Ilang saglit pa at isang malakas na pagsabog ang narinig niya. Mula sa kinaroroonan niya ay natanaw niya ang malaking apoy na nagmumula sa refinery!

NAMATAY sa pagsabog sa refinery ang apat na members ng The Team. Brian managed to survive ngunit kinailangan nitong sumailalim sa maraming surgeries. Ang ilan din sa mga hostage takers ay namatay. But some managed to survive. Isa na roon si Salvador Rodriguez.

Ikalimang buwan na ni Brian ng pagkaka-confine sa ospital nang mabalitaan nila ang tungkol sa Ocean Oil, Inc. Na-acquire nito ang ownership ng dalawang maliit na oil companies na nakabase sa Asia. Ang founder at CEO niyon ay walang iba kundi si Salvador Rodriguez!

"I don't believe that bastard! Siya ang may kagagawan kaya namatay ang mga members ng team natin pero imbes na maparusahan siya ay umuunlad pa ang kabuhayan!" galit na galit na sabi ni Brian.

Hindi siya umimik. Mula nang maospital ito ay napansin niya ang labis na galit nito. Marahil ang galit na iyon ang nagpanatili ritong buhay sa kabila ng mga inabot nitong sugat.

"He will pay for what he did, Rusty. Hindi ko makakalimutan ang ginawa niyang ito."

"Calm down, Brian. Ang sabi ng doktor—"

"To hell with those doctors! Kung magaling sila,

dapat ay nakakalakad na ako ngayon. But I'm still here, stuck on this bed."

Tumahimik na lamang siya. Hinayaan niyang ilabas nito ang lahat ng galit nito. Nang sa wakas ay makalma ito ay napansin niya ang pagtitig nito sa kanya.

"How old are you, Rusty?"

"Nineteen." Nagtaka siya sa biglang pagbabago nito ng paksa.

"Matatagalan pa bago ako makalabas ng ospital na ito. And it would take longer to build another team. Dahil ang susunod na team na gagawin ko ay mas malakas kaysa sa dati." Ipinagpatuloy nito ang pagsuri sa kanya. "You are intelligent. You should go to college."

"College? Hindi ba't dapat ay mag-high school muna ako rito? Malabong tanggapin nila ang high school diploma ko sa Pilipinas. Besides, tunay na pangalan ko ang naroroon at—"

"No. You will be going to college using Steed's name and records. May kakilala akong makakatulong para mabigyan ka ng high school records dito. This would mean though na magiging doble ang gagawin mong pag-aaral at paghabol sa mga lessons sa klase. Pero kilala kita. You can do whatever you set your mind to do."

Saglit siyang nag-isip. Gusto rin niyang makapagtapos ng kolehiyo. Isa iyon sa mga pangarap niya noong nasa Pilipinas pa siya.

"Okay then," pagpayag niya.

"Good." Bahagyang ngumiti ito. Iyon ang unang beses na ngumiti ito pagkatapos ng insidente. "Ano nga pala ang balak mong kuning kurso."

'Engineering. Civil Engineering."

"Good! I'll start calling my friends. Next semester ay mag-enroll ka na. Hindi magandang sayangin mo ang oras mo sa pagbabantay sa isang masungit na taong tulad ko," pagbibiro nito.

HINDI binigo ni Rusty si Brian. Sa kabila ng fake high school records na ginamit niya, totoo at talagang pinaghirapan niya ang mga grades na nakuha niya sa college. Sa araw ng graduation niya ay nakuha niya ang top honors sa university. Sigurado na rin ang isang magandang posisyon niya sa isang kilalang construction company.

Dumalo si Brian sa graduation rites niya. Malakas na ito. Animo wala itong pinagdaanang aksidente. Noon din niya unang nakaharap ang ama nina Steed at Brian na si Stephen Allivar.

It seemed that after so many years ay nakonsiyensiya rin ito. Gusto nitong maging ama uli sa kanya. Tinanggap niya ang paghingi nito ng kapatawaran para kay Steed. Naging isang reconciliation para sa pamilya nila ang araw na iyon.

Dalawang araw pagkatapos ng graduation niya ay ipinaalam sa kanya ni Brian ang pagbuo nito ng isang bagong team. Pinangalanan nito iyong "Avalon

Knights." This time ay may code name na ang bawat isa sa kanila. Naging second in command siya sa team na iyon. Taglay niya ang code name na Beta.

"Once in a while ay tatawagan kita, Rusty, to do an assignment. Kakaiba ang team na ito. We are a group but we rarely work together. Each one of us is given an assignment at maaari tayong kumuha ng ibang tauhan para matulungan tayo sa anumang misyon.

"You must also start making a name for yourself in your field. Dapat na makilala ka ng lahat na isang magaling na engineer." Ngumiti ito. "By the way, congrats sa job na ini-offer sa iyo ng isa sa world leading construction companies. You deserve it."

"Do I need to remain as Steed?"

"You have to. Ang katauhan ni Steed ang magiging cover mo. Iyon ang poprotekta sa iyo sa pagiging member mo ng Avalon Knights. Karamihan sa mga trabahong gagawin natin ay against the law sa ibang bansa. But it is always righteous.

"As for becoming the best in your field, matutulungan ka ng aking mga contacts to get the right projects. Ngunit nakasalalay pa rin sa sarili mong talent at kakayahan ang iyong magiging tagumpay."

Pinangatawanan niya ang pagiging si Steed Allivar. Ibinase niya ang karakter nito sa karakter ng ama nina Brian at Steed na isang playboy. Hindi naman naging mahirap gawin iyon para sa kanya. He liked girls. Pero hindi siya magaling sa commitment at relationships.

Kaya kapag nagsisimula na siyang mawalan ng gana sa isang babae ay agad niyang tinatapos ang anumang relasyon dito.

Sabay sa pagtatrabaho niya bilang isang engineer sa Titanium Works Corporation ay nagsimula rin ang paggawa niya ng mga missions para sa Avalon Knights. Ang mga missions na iyon ay walang kinalaman sa pagsagip ng buhay. Ngunit kailangan pa rin ang mga natutuhan niyang skills noon sa unang team ni Brian.

Nakakatanggap siya ng e-mail mula rito tuwing may trabahong kailangan siyang gawin. Those jobs included taking back stolen documents, tracking down a wanted person, buying new gadgets, blueprints or information. Hindi na niya nakakaharap pa ang mga clients nila. Ibibigay na lamang niya ang bagay o impormasyon na nakuha niya para kay Brian at si Brian na mismo ang magdadala niyon sa mga kliyente nila.

Ang camaraderie at friendship na mayroon sa first team ay wala na ngayon. Bihira niyang makausap o makita man lang ang iba pang members ng team. Each of them work alone. Kilala niya sa mukha ang tatlo pang members ng team ngunit ang mga pangalang gamit ng mga ito ay hindi naging importante. Hindi naman kasi totoo ang mga iyon. Bukod sa kanila ni Brian, ang tatlo pang members ay mula sa iba't ibang lahi—Italian, Japanese, at American.

Sa pagganap naman niya ng katauhan niya bilang si

Steed Allivar, ang civil engineer, ay todo rin ang pagtatrabaho niya. Kailangan niyang ipaglaban ang posisyon niya sa malaking project na nakuha ng kompanya nila. Ang project ay ang pagtatayo ng world's tallest building.

Pagdating sa galing at abilidad ay alam niyang siya ang the best sa kompanya nila. Ngunit dahil sa kakulangan sa seniority ay tiyak na gagawin lamang siyang assistant ng mga senior engineers.

Ganoon na lamang ang pagkagulat niya nang ang apat na mas senior sa kanya ay isa-isang umurong at tinanggihan ang project. Iba't iba ang naging dahilan ng mga ito. Ngunit nagkahinala siyang may parte si Brian sa nangyari. Sa pagsisimula ng project ay siya na ang ginawang leader ng team na mag-aasikaso sa pagtatayo ng building.

Under his leadership, naipatayo on time and on budget ang highest building in the world. Nakilala siya bilang isa sa youngest and best civil engineers sa buong mundo. Na-feature pa siya sa ilang prestigious magazines. Nasama rin siya sa top ten most desirable bachelors at kung anu-ano pa.

Noon dumating sa apartment niya sa New York si Brian. May kasama itong isang Russian doctor na puting-puti ang buhok.

"Rusty, I want you to meet Doctor Vostok."

"Hello," bati niya sa matandang doktor. Kapagkuwan ay tumingin siya kay Brian. Nagtatanong ang kanyang mga mata kung ano ang dahilan ng pagdadala nito sa doktor sa apartment niya.

"I have a very important assignment for you, Rusty."

"What do I need to do?"

"I want you to infiltrate Ocean Oil. Kasalukuyan silang bumubuo ng isang exploration team. Kakailanganin nila sa team nila ang isang magaling na civil engineer na tulad mo."

"Ocean Oil? Salvador Rodriguez owns that, right?"

Tumango ito. "Dumating na ang oras para singilin natin siya. This time, a powerful cartel is also backing us up dahil mahigpit din nilang kalaban ang kompanyang iyon. Ngunit bago mo sila i-infiltrate, dapat mong makalimutan na ikaw si Rusty at ang tungkol sa Avalon Knights. Mautak si Salvador Rodriguez. Ayokong pagdudahan ka niya. You will be my spy pero maging ikaw ay hindi malalaman na nag-eespiya ka. To become the perfect spy, dapat ay tuluyan ka nang maging si Steed."

"I don't understand..."

"You are not much of an actor, Rusty. At hindi kita matutulungan habang naroroon ka sa loob ng kompanyang iyon. You will be on your own. Mahirap ang trabaho mo dahil kailangan mong makuha ang tiwala ng lahat. Doctor Vostok here can help you. He can hypnotize you, make you forget things you need to forget."

"We will have several session, Rusty, kung saan unti-unti nating itatago sa conscious mind mo ang mga alaala mo bilang Rusty," singit ng doktor sa usapan. "After our sessions, iisipin mo nang ikaw ay si Steed."

"Wait, mawawala ang tunay na ako? I don't think I could agree to that."

"No. The real you will sleep. Magtatago lamang ito sa subconscious mo," paliwanag ni Dr. Vostok. "But I will use a word na oras na banggitin ko o ni Brian ay babalik agad ang lahat ng memorya mo. You will then resume your real personality."

Ngumisi si Brian. "In short, you will become the perfect spy. Better than James Bond! By the way, kung makakaya mo, I want you to seduce Salvador Rodriguez's daughter. Siya ang magiging susi para mapabagsak natin ang kanyang ama at mapagbayad siya sa kamatayan ng ating dating mga kasama."

4

A year ago.

"Ereshkigal!" malakas na sabi ni Dr. Vostok.

Napakurap si Rusty. Ereshkigal. Iyon ang salitang gagamitin nina Dr. Vostok at Brian para magbalik siya sa kanyang sariling katauhan. Pangalan iyon ng isang Mesopotamian goddess of the underworld at iilang tao lamang ang nakakaalam ng pangalang iyon kaya hindi siya aksidenteng magigising ng sinuman.

Sa pagbanggit sa salitang "Ereshkigal" ay nagbalik ang lahat ng repressed memories niya. Kilala na naman niya ang kanyang sarili. Iniwan na niya ang pagpapanggap bilang si Steed Allivar.

Sa likuran ni Dr. Vostok ay naroroon si Brian. Hindi na kailangan pang ipaliwanag ng mga ito ang dahilan kung bakit ginising ng mga ito ang kanyang tunay na katauhan.

Sinimulan niya ang pagre-report. "Ocean Oil, Incorporated has discovered a new source of oil. It's

a plant called lantillas. Kasalukuyang gumagawa ng paraan ang mga scientists and researchers ng kompanya para maka-produce ng mas maraming oil ang naturang halaman. Sinisikap din nilang mai-adapt ito sa iba't ibang klase ng lupa at klima. Lantillas only seems to grow near mountain peaks."

"Oil? Ano `yon, tulad ng coconut oil?"

"No, Brian. Kakaiba ang oil na ito. It's the equivalent of crude oil na nakukuha sa lupa. Diesel and gasoline can be made from the oil from this plant. At dahil mula ito sa isang halaman, walang inilalabas na toxin ang fuel na nagmumula rito. Oras na ilabas ng Ocean Oil ang lantillas oil, the world will change. All oil companies—"

"Malulugi! Magsasara!" bulalas ni Brian. "This could mean the loss of billions of dollars, of millions of unemployed people! Ocean Oil will start dominating the market. Hindi dapat mangyari iyon."

"Sooner or later ay may matutuklasan ding pamalit sa crude oil na gamit ngayon ng lahat, Brian."

"I know. At parte ng trabaho ng Avalon Knights na pigilan ang paglabas ng gano'ng mga balita at discovery sa market hanggang meron pang nakukuhang oil sa ilalim ng lupa. The oil market will collapse oras na maging public ang tungkol sa lantillas. We can't let Ocean Oil create chaos in our world."

"Ano'ng balak mo? Are you going to make me destroy and steal lantillas?"

Umiling ito. "Merong mga tauhan ang cartel para gawin iyan. They will be sending spies to get more information on this new source of oil. Sabotage can be done by Epsilon of the Avalon Knights. Eksperto siya roon. You need to remain as Steed Allivar. And as Steed, you need to strengthen your position in the company.

"Miranda Steinberg, ang abogado ng Ravenhurst has an idea. She will try to create a situation kung saan maaaring i-hostile take over ng Ravenhurst ang Ocean Oil. Kapag naging pag-aari ng Ravenhurst ang Ocean Oil, maitatago ang new source of oil at makokontrol ang paglabas niyon sa market. Lantillas oil will only make its appearance kapag wala nang oil na makukuha sa ilalim ng lupa. By that time ay nakapag-adjust na ang lahat ng members ng cartel. The cartel will introduce the lantillas oil themselves.

"Kung hindi magtatagumpay ang planong ito, saka kikilos ang Avalon Knights to steal the lantillas and at the same time sabotage Ocean Oil's research. If that fails, ikaw ang backup plan, Rusty."

"Backup plan?" Naguluhan siya.

"Marry Dallas, Salvador Rodriguez's daughter. Oras na mamatay si Salvador, kay Dallas mapupunta ang kompanya and as her husband, you will own it, too. With you in the top position of the company, maaari mong kontrolin iyon with the help of the cartel."

Bahagya siyang napangiwi.

"You don't approve of my plan?"

Napabuntong-hininga siya. "Mukhang malabong mangyari ang planong `yan. Dallas will never marry me, or rather Steed."

"`Di ba, girlfriend mo na siya?"

Napangiwi siya. "I don't know. Our relationship... Her relationship with Steed is well, magulo. Pakiramdam ko ay pinaglalaruan lamang niya ako," iritadong sabi niya.

"You? Being played by a girl? Nagpapatawa ka ba, Rusty? Most girls swoon before you. What's so special about this woman?"

"There is absolutely nothing special about her. She's the most irritating, abusive, and manipulative woman I have ever met," todong reklamo niya.

Tumawa ito nang malakas. Maging ang napaka-seryosong si Dr. Vostok ay napangiti.

"Walang nakakatawa sa sitwasyon ko, Brian!" reklamo niya.

Tinapik-tapik siya nito sa balikat. "That's nothing. I believe in your ability. Naniniwala akong kayang-kaya mong mapaibig at mapaikot sa iyong mga palad si Dallas. Each of us Avalon Knights has a job to do. You are the only one who can do this job."

Napabuntong-hininga siya. Hinugot niya mula sa bulsa ng kanyang pantalon ang isang vial. Puno iyon ng green liquid. "A gift," aniya kay Brian, sabay abot dito ng vial.

"What is this?"

"It's a concoction of Diesel, Crimson Team's chemist. Ginawa niya `yan para sa akin, para hindi ako maging tila lasing tuwing iinom ako ng sleeping pills kapag sumasakay ako ng eroplano. Maganda sana, but it has certain side effects na hindi ko nagustuhan ngunit nasisiguro kong magagamit mo."

"What kind of side effects?"

"Oras na inumin iyan ng isang tao ay makakatulog siya. Then you can change his mind using suggestions. You can make him believe that red is yellow. At habang nasa sleeping state siya, you can ask him anything and he will tell you the truth. But like hypnosis, merong mga taong naapektuhan niyan at meron ding hindi."

Ngumiti si Brian. "Thanks, little brother. This might prove useful." Waring napaisip ito. "Teka, bakit pala hindi mo ito gamitin kay Dallas?"

"I did! Pero hindi siya naapektuhan. She's immune to it. Kaya ingatan mo rin ang paggamit niyan. May mga taong sa sobrang tigas ng ulo ay hindi tinatalaban."

"You really don't like this woman, don't you?" komento nitong ang tinutukoy ay si Dallas.

"I don't like how she handle things, how she manipulates people, and how she is so—" Huminga siya nang malalim. "Just remember, Brian, ginagawa ko ito dahil parte ito ng trabaho ko. I'm not enjoying this one bit!"

SA KABUNDUKAN ng Sierra Madre ay muling ginising si Rusty. Sa pagkakataong iyon ay si Brian na lamang ang nakita niya. Nasa isang tagong lugar sila na napapaligiran ng mga puno. Malayo na sila sa mga binayaran nitong tauhan na dumukot sa kanya kanina para mailayo siya sa Crimson Team.

"We are now alone, Rusty," pahayag ni Brian. "I'm sorry about this sudden intrusion. But as you know, both plan A and plan B failed. For now, habang wala pang ibang naiisip na plano ang cartel, you will—"

"I can get you the lantillas plant. I can even sabotage the research facilities of Ocean Oil."

"Out of the question. The cartel doesn't want you to compromise your cover."

Napatiim-bagang siya. "Nanganganib ang posisyon ko, Brian. Minsan, pakiramdam ko ay nawawala na ang tunay na ako. That I am really becoming Steed. Dallas is also... she's doing something to me na hindi ko nagugustuhan. I can't seem to get control of myself when she's around. She's a devil, Brian!"

"You have to do this, Rusty!" mariing sabi nito.

"Huwag mong sabihin na hindi mo napansin ang nangyayari sa akin? Earlier, it took you several tries bago ako nabalik sa pagiging Rusty. What if I go back to being Steed at hindi na ako muli pang makabalik sa aking tunay na pagkatao? I'm not Steed!"

"I know!" Hinawakan siya nito nang mahigpit sa magkabilang balikat. "I know who you are, Rusty. And

I promise you, hindi mangyayari ang kinatatakutan mo. Maybe the reason kaya hindi agad umepekto ang wake-up command ng real self mo ay dahil ako ang gumawa n'on. If Doctor Vostok was here, he could have woken you up instantly."

"Nasaan ba siya?"

"Hindi ko siya maisasama rito. I'm with Adam Smith's team. Wala akong tiwala sa kanila. Baka idaldal nila ang pagiging spy mo. Who you are and what you are must remain a secret. Tatlo lamang kaming nakakaalam nito—ako, si Doctor Vostok, at si Mr. Masterson."

"Ipinaalam mo kay Mr. Masterson?"

"As the leader of the cartel and owner of Ravenhurst, dapat niyang malaman na ikaw si Beta ng Avalon Knights. Kung may mangyayaring masama sa akin, makukuha mo agad ang suporta niya. You can take over the leadership of the group nang walang problema."

May katwiran ito. Pero diskumpiyado pa rin siya sa posisyong kinalalagyan niya nang mga sandaling iyon.

"Brian, what if I lose myself?"

"That won't happen!" mariing sabi nito. "Kung kailangang isakripisyo ko ang buhay ko para lamang mabalik ka sa dating pag-iisip, gagawin ko iyon. You are more than a brother to me, Rusty."

"Gusto ko nang matapos ang laban mong ito sa Ocean Oil."

"Laban nating dalawa ito. And the moment Ocean Oil falls and Salvador Rodriguez is defeated, we have won. Naipaghiganti na natin ang ating dating mga kasama."

BINALAAN na si Adam ng kaibigan niyang si Miranda tungkol kay Montgomery kaya kahit kailan ay hindi siya nagtiwala sa kilos ng lalaki. Nang ilayo nito sa camp nila ang bihag nilang si Steed Allivar ay nagkahinala siya nang masama. He had heard some bad reputations about Montgomery.

Palihim na sinundan niya ang mga ito. He was a hunter before he became the leader of Ravenhurst's expedition team. Kaya niyang kumilos nang walang ingay. Anuman ang target niya ay nalalapitan niya nang hindi nito napapansin.

Sa paglapit niya sa kinaroroonan nina Montgomery at Steed ay nagulat siya sa natuklasan niya! Ang source of information ng cartel at ng Ravenhurst ay walang iba kundi isa sa mga members ng Crimson Team at boyfriend pa ni Dallas!

Natitiyak niyang hindi maniniwala si Miranda sa natuklasan niyang iyon. It was unbelievable! No wonder Ocean Oil, Inc. always lose.

Pagkatapos maibigay ni Steed ang lahat ng impormasyon na alam nito ay may ipinainom na gamot dito si Montgomery.

"You will soon forget who you are and become

Steed Allivar once again. Don't worry, Rusty, malapit nang matapos ang pagpapanggap mo."

Nagtaka siya. Bakit tinatawag ni Montgomery ng Rusty si Steed?

Ipinasya niyang lumayo na nang makita niyang nawalan ng malay si Steed. Nagbalik siya sa camp na itinayo ng kanyang team. Pagkalipas ng humigit-kumulang kalahating oras ay nagbalik si Montgomery. Inaalalayan nito si Steed na animo lasing nang mga sandaling iyon. Marahil ay epekto iyon ng gamot na ipinainom dito ni Montgomery.

"Bantayan n'yo siya. Bukas ay palalayain na natin siya. Ibalik ninyo ang piring sa kanyang mga mata at busal sa kanyang bibig."

Nanatili siyang walang imik. Hindi dapat mahalata ni Montgomery na alam na niya ang sekreto nito. Nagsimula na sa paghahanda ang lahat sa pagsapit ng gabi.

Hindi siya ang naka-assign na magbabantay sa camp nila kaya maaga siyang natulog. Sa gitna ng gabi ay ginising siya ng isang pagtapik sa balikat. Pagmulat niya ay nakita niya si Montgomery.

"I need to show you something, Adam." Sinenyasan siya nitong sumunod dito.

Ilang minuto rin silang naglakad bago ito tumigil. Kung hindi dahil sa dala niyang flashlight ay magiging napakadilim ng paligid.

"Nandito na ba ang gusto mong ipakita sa akin?" tanong niya.

"Yeah." Humarap ito sa kanya. Nakita niya na may hawak itong baril. Sinimulan nitong lagyan ng silencer ang baril.

Kinabahan siya. Agad niyang hinugot ang baril niya na kahit kailan ay hindi niya inaalis sa kanyang baywang.

"Ano'ng ibig sabihin nito, Montgomery?"

"Natuklasan mo ang sekreto ng Avalon Knights."

"What?"

"Hindi mo kami dapat sinundan. You shouldn't have listened to my talk with Rusty. Kung hindi mo ginawa iyon, baka hindi ko kailangang gawin ito." Itinutok nito sa kanya ang hawak nitong baril.

Mabilis na itinutok din niya rito ang baril niya. Hindi siya basta-basta maaaring patayin nito. "Balak mo akong patayin? Importante ako sa Ravenhurst. Hindi nila magugustuhan kung gagawin mo ang binabalak mo."

"No. You are just an employee. At dahil sa natuklasan mong sekreto, magiging liability ka ng Ravenhurst."

Ipinutok niya ang baril na hawak. Isang mahinang "click" lamang ang narinig niya.

"Inalisan ko ng bala ang baril mo habang natutulog ka, Adam. I'm sorry but I have to protect my team, my family. I can't let you use that secret against me or my plans." Ipinutok nito ang hawak na baril.

Mabilis na nagdilim ang lahat sa kanya. Hindi na niya naramdaman pa ang pagbagsak ng kanyang katawan sa lupa.

"WE ARE now arriving at the Ninoy Aquino International Airport," malakas na pahayag ng boses sa intercom.

Nang lumapag ang eroplanong kinalululanan ni Rusty ay inalis agad niya ang kanyang seat belt. Kinuha niya ang nag-iisang bag na dala niya sa biyaheng iyon. Anuman ang kakailanganin niya ay mabibili niya sa Pilipinas.

Nagbalik sa isipan niya ang ilang mga gamit ni Steed na maaari niyang pakinabangan. But then, those things were still at Dallas' condo unit. Hindi pa iyon ang tamang panahon para magkita sila.

Marami siyang kailangang personal na asikasuhin at ayusin. Hindi niya maipagkakatiwala iyon sa ibang members ng Avalon Knights. Isa na roon ang pakikipagkita kay Miranda.

Bukod doon, ang isa sa mga balak niyang i-recruit ay kasalukuyang nagbabakasyon sa Pilipinas. Ang pangalan nito ay nasa listahan ng mga possible candidates para maging miyembro ng Avalon Knights.

Malaking responsibilidad ang iniwan sa kanya ni Brian sa pagkamatay nito. Ngunit hindi niya maaaring talikuran iyon. Kailangan niyang ipagpatuloy ang naiwan nitong trabaho. He owed him.

Lumabas siya ng airport. Naglakad siya papunta sa kinaroroonan ng mga taxi. Ganoon na lamang ang pagkagulat niya nang makita niya ang babaeng naglalakad palapit sa kanya.

Dallas!

Mabilis ang lakad nito. Malinaw na siya ang target nito. Tinatagan niya ang kanyang sarili sa magaganap na komprontasyon.

"You really are alive!" bulalas nito.

"It seems your father has told you about me." Wala na siyang balak pang magpanggap. Siya na ngayon si Rusty. Maging ang passport na gamit niya ngayon ay taglay ang kanyang tunay na pangalan. Tuluyan na niyang pinagpahinga si Steed Allivar. Oras na para mabuhay siya bilang siya.

"Iyan lamang ba ang masasabi mo?"

Nagkibit-balikat siya. "Ano ang gusto mong sabihin ko? I am no longer pretending to be another man. In case you still don't know who I am, I'm Rusty."

"I know who you are!" mariing sabi nito. "Only your name has changed. But you are still my husband!"

"No. Magkaibang tao sina Rusty at Steed. Steed is the nice one. But he's gone. Dead. Hindi na siya babalik pa."

"Bastard!"

Inihanda niya ang kanyang sarili para sa isang mag-asawang sampal. Ngunit sa halip na sampal ang makuha niya rito ay ikinawit nito ang braso sa kanyang leeg at siniil siya ng halik sa mga labi.

5

Awtomatiko ang naging tugon ni Rusty sa ginawa ni Dallas. Huli na nang ma-realize niya na niyakap niya ito at tinugon niya nang buong alab ang halik nito.

Bigla itong bumitiw sa kanya. Itinulak siya nito palayo. "You haven't changed at all," puno ng tagumpay ang tinig na sabi nito. "Hindi mo kayang itago ang nararamdaman mo para sa akin. You are still very much in love with me, Steed, or whatever you call yourself now," buong pagmamalaking sabi nito.

Tumaas ang isang kilay niya. "In case nakalimutan mo kung ano ang nangyari dito, ikaw ang humalik sa akin."

"And you kissed me back!" giit nito.

Mahirap ikaila iyon. Kaya nagdesisyon siyang sabihin ang totoo. "It was an automatic response. Hindi ko ugaling itulak ang sinumang babae na nanghahalik sa akin. Kahit hindi pa ikaw ang babae, I can assure you that I will kiss her back."

Malinaw na hindi nito nagustuhan ang sinabi niyang iyon. "You are my husband!" mariing sabi nito.

"No. Not anymore. Walang saysay ang kasal natin dahil ibang tao ang pinakasalan mo."

"It's the same person. Hindi ka nagbago kahit—"

Umiling siya. "I am not Steed. I am Rusty. Ang anumang nangyari sa iyo at kay Steed, that's... balewala na iyon. I was not myself. I was pretending. I never loved you. Para sa akin, ikaw, ang iyong ama, at ang Crimson Team ay mahigpit kong mga kaaway. Kung patuloy mong paiiralin ang iyong damdamin, you are going to lose, Dallas." Pagkasabi niyon ay naglakad na siya palayo rito.

"You still love me!" giit nito.

Nilingon niya ito. "No. I don't love you. I never loved you. So get over it, Dallas!" mariing sabi niya.

Isang parte niya ang gustong magtatakbo palayo rito. Mahirap aminin ngunit ang halik na iginawad nito sa kanya ay may ginising na init sa kanyang katawan. Bigla ring nagbalikan ang mga alaala ng mga naging pagsasama nila noon.

Ipinilig niya ang kanyang ulo. Pinaalalahanan niya ang kanyang sarili na siya si Rustico Magtanggol at hindi si Steed Allivar. Bukod doon, ang anumang naging damdamin niya noon para dito ay hindi totoo.

It's not real! It was never real! paalala niya sa kanyang sarili.

INABUTAN ni Dallas ang kanyang ama sa opisina nito.

"Nakipagkita ka kay Steed," sabi nito nang makita nito ang ekspresyon sa kanyang mukha.

"I needed to be sure na buhay nga ang gagong iyon!" Pasalampak na naupo siya sa silya sa harap ng mesa nito.

Sa pagbabalik ng kanyang ama ay muling in-assume nito ang chairmanship at presidency ng Ocean Oil, Inc. Pabor sa kanya iyon dahil magkakaroon siya ng oras para ayusin ang kanyang kasal at mag-concentrate sa pakikipaglaban sa Ravenhurst at sa cartel.

"Don't tell me you still love him? Niloko niya tayong lahat, lalo ka na."

Hindi siya umimik.

"Binasa mo ba ang report ni Norman? Nakadetalye roon ang resulta ng imbestigasyon niya tungkol kay Rustico Magtanggol aka Rusty Montgomery. Before he took over the personality of Steed Allivar, he was a—"

"I know what he is, Dad. He's an illegitimate child of an American soldier. Isang ulilang lubos na pinagpasa-pasahan ng mga kamag-anak hanggang sa magpasya siyang maglayas and live on his own. He was a punk, a troublemaker, at kahit kailan ay hindi naging seryoso sa isang babae."

"Then why do you still run after him? Ang Steed na nakilala natin ay hindi totoong tao. It was a made-up personality. Napakagaling niyang umarte. He made everyone, including me, trust him."

Nagbalik sa isipan niya ang araw na iyon na tinangka ni Brian na ihulog siya sa building. Steed, or rather Rusty chose to save her. Mas pinili nito na iligtas siya at hayaang mamatay ang lalaking parang kapatid nito. Hindi arte iyon.

"I hate him for what he did, Dad. But—"

Bumuntong-hininga ito. "You are still very much in love with him?"

"I can't help it, Daddy," aniya. "Alam n'yo ba kung gaano ko katagal na pinigilan ang sarili ko na mahalin siya?"

"Ang minahal mo ay hindi si Rusty. Ang minahal mo ay—"

"He is still the same!" giit niya. "Don't ask me kung paano ko nalaman. Ngunit nasisiguro kong siya pa rin si Steed. Nagbago man siya ng pangalan at ng pinapanigan, he is still the same Steed I know."

"Stop dreaming, Dallas! He no longer loves you. Dapat mong ma-realize iyan."

"Then I will make him love me again, Daddy!"

Tinampal nito ang sariling noo. "You are really a very stubborn daughter."

"Malaki ang possibility na mapaibig ko siya, Daddy. Think of it this way: Kung ang leader ng kalaban natin ay mapapaibig ko, parang matatalo na rin natin sila, `di ba? Kung noon ba ay sinabi ko sa inyo na si Miranda Steinberg ang magiging source natin ng information tungkol sa cartel, maniniwala kayo? But she is now on our side, right?" May pagdududa pa siya sa loyalty ni Miranda pero nasisiguro niyang malapit na niyang malaman ang totoong balak nito.

"I am your daughter after all. If you can make the impossible possible, so can I!"

"Business is very different from love, Dallas."

"But, Daddy, I am very good when it comes to solving problems of love. Kaya ko ring ayusin ang problema ko sa lalaking iyon."

Nalaglag ang mga balikat nito. Na-realize na rin siguro nito na hindi madali para sa kanya na kalimutan si Rusty. And that she was really serious in going after her husband.

"Para magawa mo ang anumang balak mo, you need to find him first. Ang pagkakaalam natin ng pagdating niya kanina sa airport ay dahil nagkataon lamang na nakita siya ng isang kakilala ko. We were informed. But now, hindi natin alam kung nasaan na siya o kung ano ang susunod na magiging hakbang niya."

Ngumiti siya. "Ang rason ng pakikipagkita ko sa gagong iyon kanina ay hindi lamang para matiyak kung buhay nga siya. I also put a bug on him when I kissed him."

"You kissed him!" bulalas nito.

"To distract him," paliwanag niya. "Besides, gusto ko ring ipaalala sa kanya ang halik ko."

Umiling-iling ito. "Mautak ang lalaking iyon, Dallas.

Tiyak na mapapansin niya ang bug na inilagay mo sa damit niya."

"Kahit alisin pa niya iyon, naglagay na rin ako ng mga tao na susubaybay sa kanya," kampanteng sagot niya.

"He can also lose them. Kung tama ang nakasulat sa report ni Norman, Rusty was trained by Brian to become not only as a bodyguard but also as a spy."

"Daddy, he can't escape me. Trust me." Maalis man ni Rusty ang bug na inilagay niya sa damit nito at matakbuhan nito ang mga taong palihim na sumusubaybay rito, alam pa rin niya kung saan ito pupunta. Makikipagkita ito kay Miranda Steinberg.

Bigla siyang napatayo nang may maalala siya. "I have to go, Dad. Meron pa pala akong kailangang asikasuhin." Kailangan niyang maghanda para sa test na ibibigay niya kay Miranda. Malabong maging kaibigan niya ito o makasundo ito nang husto pero mahal na mahal ito ni Recon kaya handa siyang kalimutan ang personal na damdamin niya para dito. Pero kailangan nitong sumailalim sa isang pagsubok. Gusto niyang malaman kung mahal nga nito si Recon o ginagamit lamang nito ang pag-ibig ng kaibigan niya para sa sariling kapakanan.

NATAGPUAN ni Rusty ang sarili na nakakulong sa steel elevator ng isang building na under construction. Naisahan siya ni Miranda Steinberg! Ang buong akala pa naman niya ay ipinagkanulo na nito ang Ocean Oil, Inc. Pero mukhang mas matimbang ang pagnanais nitong maipaghiganti ang kamatayan ng kaibigan nitong si Adam kaysa sa buhay nito at sa malaking perang ibabayad dito ng Ravenhurst.

Wait, nakuha rin pala niya ang pera!

Binuksan niya ang attaché case na ibinigay sa kanya kanina ni Miranda. Naroroon ang sample ng lantillas plant at ang mga impormasyon at petsa ng paglalabas niyon sa market. Kompleto ang data.

Alam niya ang tungkol sa lantillas. Bilang si Steed noon ay naging bukas sa kanya ang lahat ng impormasyon tungkol sa kakayahan ng halaman at sa klase ng research na ginagawa ng Ocean Oil, Inc.

Hindi peke ang mga impormasyong ibinigay sa kanya ni Miranda. Pero alam niyang ibibigay lamang nito sa kanya ang mga totoong impormasyon kung sigurado ito na hindi niya iyon mailalabas ng Pilipinas!

Gusto niyang batukan ang kanyang sarili. This was not like him. Dapat ay nahalata na niya noon pa na may masamang binabalak ang babaeng iyon.

Mr. Masterson was not going to like this development. Sa paghaharap nila ng pinuno ng cartel, dapat ay kasama niya si Miranda at ang perang kinuha nito. Kung si Brian ang nasa katayuan niya, Brian would definitely kill Miranda. He once tried to kill Dallas pero pinigilan niya ito and almost killed him.

May sundot ng konsiyensiya siyang naramdaman

pagkaalala niya sa nangyari. Paano niya nagawa iyon? Hindi niya dapat mas binigyan ng importansiya ang babae kaysa sa taong itinuring siya nang higit pa sa kapatid. Isa pa, kapatid ito ng taong pinagkakautangan niya ng kanyang buhay.

Ibinalik niya ang isipan kay Miranda Steinberg. Nagugulo lamang ang isipan niya kapag iniisip niya si Dallas. He was not to going to kill the lawyer. Hindi siya basta-basta pumapatay. Ang mga napatay niya nang maging miyembro siya ng The Team ay iyon lamang mga taong nagtangka sa buhay ng mga binabantayan nila. It was always in defense of their clients or of himself and his team.

Kailangan niyang ayusin ang Avalon Knights. Masyadong extreme ang mga patakaran ni Brian laban sa mga kalaban ng cartel. But he would still destroy Ocean Oil, Inc. and Salvador Rodriguez for Brian. Ngunit wala nang isasakripisyong mga inosente. Hindi na niya papayagang maulit ang nangyari noon na pagpapasabog ni Epsilon sa Ocean Oil, Inc. compound para makatakas ito. Ganoon din ang pagsasakripisyo ng lalaki sa isa sa mga tauhan nito. Kinailangan pang nakawin ni Miranda ang bangkay ng tauhan ni Epsilon sa morgue para hindi ito ma-trace sa Ravenhurst.

Epsilon was a wild card na hindi na niya poproblemahin pa dahil naipakulong na ito ni Salvador Rodriguez. Sa pagkuha niya ng dalawang bagong miyembro ng Avalon Knights, sisiguruhin niya na naaayon sa gusto niya ang personalidad ng mga nito.

Noon niya naulinigan ang mga papalapit na yabag. Bumukas ang elevator. Tumambad sa paningin niya si Dallas.

"Na-trap n'yo ako ni Miranda. The two of you seems to work quite well together," pang-iinis niya rito. Alam niya na ayaw na ayaw nito na ikinokompara ito sa abogada.

"Walang mangyayari sa pang-aasar mo. You are after all our prisoner."

"Prisoner? Huwag mong sabihing ikukulong n'yo talaga ako? As far as I know, wala akong anumang nagagawang labag sa batas ng bansang ito. And if you hold me against my will, that would be—"

"Kidnapping," anito. "But I have had it with you. Kung sa akala mo ay lalaban pa rin ako nang patas after what you did to my family, to my friends, and to my company, nagkakamali ka!" Naglabas ito ng baril. Itinutok nito iyon sa kanya.

"Papatayin mo ako?" May kalakip na hamon ang boses niya.

"Gusto mo bang mamatay?"

Napangiti siya. Kahit kailan talaga ay matapang itong asawa niya.

Natigilan siya. Dapat niyang itigil na ang pag-iisip na asawa niya ito. "No. I don't think you can shoot me. You are a lot of things, Dallas Miranda, but you are no killer." Humakbang siya palabas ng elevator. "At kung gusto mo talaga akong hulihin, dapat ay nagsama ka ng iba pa. Even with a gun, you can't stop me."

Mabilis niya itong naagawan ng baril. Ni hindi ito nakakilos. By the time na naka-react ito ay natanggalan na niya ng bala ang baril at naihagis iyon sa malayo.

"Till we meet again, Dallas Miranda," nanunuyang sabi niya habang naglalakad siya palayo rito.

"Sino'ng maysabi sa iyo na mag-isa akong pumunta rito?"

Napahinto siya sa paglalakad nang isa-isang maglabasan sa harap niya ang mga members ng Crimson Team! He had made another stupid mistake!

"Now then, you will start telling me everything I need to know!" mariing utos ni Dallas.

"Hold him tight, guys," malakas na utos ni West. Bukod kay West ay naroroon din sina Conway, Diesel, Spark, at Craven. Nakipagkaibigan siya sa bawat isa. Kinuha niya ang tiwala ng mga ito. Ngunit malinaw na anumang friendship o tiwala mayroon ang mga ito sa kanya ay wala na ngayon.

Inihanda niya ang kanyang sarili sa pakikipaglaban. Hindi siya maaaring mahuli ng mga ito!

Nagawa niyang patumbahin si Spark at malapit na rin niyang matalo si Craven, pero napigilan na siya ng iba pang miyembro ng Crimson Team.

"Now, Diesel! Use the drug!" utos ni West.

"Shit!" mura niya nang makita si Diesel. Isang syringe ang hawak nito. Kulay-berde ang likidong laman ng syringe. Ang hula niya ay iyon ang drug na ginawa nito para makatulog siya! Mukhang balak siyang i-brainwash ni Dallas!

NANG pagbalikan ng malay si Rusty ay parang nagka-déjà vu siya. Nasa loob uli siya ng kuwarto ni Dallas. Nakahiga siya sa kama. Pero sa pagkakataong iyon, hindi lamang isang paa niya ang nakaposas. Ang dalawang paa niya ay nakaposas sa magkabilang bedposts sa dulo ng kama. Ang mga kamay naman niya ay nakaposas sa headboard ng kama. Ang bedposts at headboard na may intricate designs ay gawa sa steel. Matibay ang mga iyon.

Napansin niya na bagaman magkadikit ang mga kamay niya na nakaposas sa headboard ay dalawang handcuffs ang ginamit doon para masigurong hindi siya makakatakas.

Masama ang kutob niya. Nang malagay siya dati sa ganoong sitwasyon ay napakasal siya nang hindi oras kay Dallas!

Useless ang anumang pagpupumiglas. Yari sa steel ang bedposts. But he couldn't remain like this. Ang isang paraan para makaalis siya roon ay kung magkakaroon ng ibang tao roon sa kuwarto. Maaari niyang lansihin ito, sabihan itong kailangan niyang magpunta sa banyo.

Ang pinakamagandang paraan para makuha ang atensiyon ng kung sinumang nagbabantay sa kanya ay ang sumigaw siya. Napasulyap siya sa lamp na nakapatong sa mesa malapit sa kama. Binili iyon ni Dallas sa isa sa mga out-of-town trips nito. Paborito nito ang naturang lamp. Ginamit niya ang lakas ng buong katawan niya para mauga ang kama. Sa pag-uga niyon ay nagsimulang masanggi niyon ang mesa na kinalalagyan ng lamp.

Naalog ang lamp. Nawala ang balanse niyon. Bumagsak iyon sa sahig at lumikha ng malakas na ingay.

Napangiti siya. Isang paraan iyon ng pagganti niya kay Dallas sa ginawa nitong pagbihag sa kanya.

Bumukas ang pinto. Pumasok si Dallas. "Mahal ang pagkakabili ko riyan sa vase. You are going to pay for it."

"This is called 'kidnapping,' you know?" paalala niya rito.

"No. It's called 'revenge,'" mariing sabi nito.

"Ito-torture mo ba ako?" nanunuyang tanong niya. "Sasaktan hanggang sa sabihin ko sa iyo ang lahat ng gusto mong malaman tungkol sa Avalon Knights."

"My father has gathered enough information about the Avalon Knights, Rusty. You should never have let him escape."

Hindi siya umimik. Gusto ng grupo na patayin na agad noon si Salvador Rodriguez. Ngunit ipinakulong na lamang muna niya ito. Maaari kasing gusto pa itong makita ni Mr. Masterson. Ngunit hindi niya akalaing ang isang fifty-eight-year old na lalaki ay matatakasan ang tatlong guwardiya nito.

"As for information about the cartel, si Miranda na ang nagpo-provide n'on. Dahil abala ang Ravenhurst sa pagharap sa mga imbestigasyong isinasagawa ng US government dahil sa ginawa nilang pagtatago ng oil at pagmamanipula sa presyo niyon, I don't think magkakaroon sila ng time para alamin kung nasaan ka ngayon. The Avalon Knights don't always report on the cartel, right?"

"And since members of your group don't act as a group but as individuals, malabong malaman nila agad na bihag ko ang leader nila. Wala kang anumang maaasahang tulong sa kahit kanino. Sa kalagayan mo ngayon, ang buhay mo o kamatayan ay nakasalalay sa mga kamay ko."

"Ganyan talaga ang structure ng Avalon Knights. Bawat isa ay may assignment na kailangang gawin. If one fails, madali lang na palitan siya. Hindi ako magiging kawalan sa grupo. Each can act on his own," kampanteng sagot niya. "What exactly do you plan to do with me, Dallas?"

"Singilin ka sa mga husbandly duties na tinalikuran mo."

Napatanga siya rito. Isa lamang ang ibig sabihin niyon at sa kalagayan niya ngayon, mahirap tumanggi o manlaban!

6

Kahit siguro ano pa ang mangyari ay malabong ituring ni Dallas na kaibigan si Miranda Steinberg. Pero malinaw na mahal nito si Recon at ganoon din ang lalaki rito. Nang mga sandaling iyon ay natitiyak niyang nagkita na ang mga ito sa boat ni Recon.

Tinawagan niya ang lalaki para alamin ang lagay ng love life nito. Nang sagutin ni Recon ang tawag niya ay hindi nakaila sa kanya ang iritasyon sa tinig nito.

"Istorbo ka talaga, Dallas!"

Natawa siya. "So this means, hindi mo pa rin siya napapayag na pakasal sa iyo?"

"Malapit na. Ang kaso—"

"You lost our bet, Recon, since hindi pa rin pala siya pumapayag na magpakasal sa iyo," panunukso niya rito.

"A few more minutes at papayag na siya."

"Ang usapan natin ay within ten minutes na magkita kayo. Pinasobrahan ko pa nga ng minutes, eh."

"Okay. You win our bet. Maaari mo nang bawasan

nang ten percent ang suweldo ko pagbalik ko sa Ocean Oil," sumusukong sabi nito.

Napangiti siya. "By the way, I need to talk to Miranda. Give her the phone."

"May binabalak ka na naman bang masama?" tanong nito.

"No. I'll just make sure na iyo na nga siya. I may not like her but it seems siya nga ang true love mo kaya hindi ko idye-jeopardize ang pagkakataon mong lumigaya sa piling niya."

Ilang saglit pa at si Miranda na ang nasa kabilang linya.

"Dallas? Ano'ng kailangan mo?" tanong nito.

"Have you agreed to marry him?"

"Not yet."

Tumawa siya nang malakas. Bibigyan pa sana niya ito ng advice nang makarinig siya ng kalabog. Nanggaling iyon sa kuwarto niya. Kinailangan niyang putulin agad ang pakikipag-usap kay Miranda. Gising na si Rusty.

Pagpasok niya sa kanyang kuwarto ay dinatnan niya si Rusty na nagpupumilit na makakawala sa mga posas nito sa mga kamay at mga paa. Hindi rin nakaligtas sa paningin niya ang basag na lamp sa sahig. Kinastigo niya ito.

Sinabihan din niya ito na ire-require niya itong ibigay ang husbandly duties nito. Hindi niya nagustuhan at nagpainit sa ulo niya ang reaksiyon nito. Pero kinontrol pa rin niya ang kanyang temper. Hindi nito dapat makita na nasaktan siya.

"Gusto mo bang simulan ko na ang paniningil o gusto mong kumain muna? Mahigit isang araw ka nang hindi kumakain."

"I prefer to eat."

Tinalikuran niya ito. Isinara niya ang pinto paglabas niya ng kuwarto. Mahal niya ang lalaking nasa loob ng kuwarto. Ito rin ang lalaking pinakasalan niya. Hindi mababago ang dalawang katotohanan na iyon kahit ano pa ang sabihin nito. Steed and Rusty were one and the same...

O isang tao nga lamang ba ang mga ito? Ipinakita at pinatunayan sa kanya ni Steed kung gaano siya nito kamahal. Pero ngayong naging si Rusty na ito ay wala pa siyang nakikitang anumang sign na mahal nga siya nito.

Naalala niya ang ginawa nitong pagtugon sa halik niya sa airport. Love ba ang ibig sabihin niyon o nagkamali lamang siya ng interpretasyon?

Nagtagis ang mga bagang niya. Nasa kanya ngayon ang lahat ng oras at pagkakataon na alamin ang totoong damdamin nito para sa kanya. She wouldn't just give up!

Ipinagluto niya si Rusty ng mga paboritong ulam ni Steed. Imposible namang mabago ang taste nito sa pagkain.

Napasulyap siya sa bote ng drug na bigay sa kanya

ni Diesel. Maaari niyang ihalo iyon sa pagkain ni Rusty para matiyak niyang nagsasabi ito ng totoo.

"This drug never worked on you, Dallas, dahil hindi ka susceptible sa hypnosis. I am not sure kung tatalab pa ito kay Steed, now that he is Rusty. Tumalab ito noon sa kanya no'ng unang beses na gamitin niya ito. Although nagawa siyang patulugin nitong drug, there's a possibility na hindi na ito tumalab pa. He could have formed some sort of immunity," paalala sa kanya ni Diesel nang dalhin nila si Rusty sa condo unit niya.

"Paano ko malalaman kung tatalab pa ito sa kanya?"

"After injecting him with the drug, binigyan ko siya ng suggestion habang natutulog siya sa kotse kanina. Inutusan ko siya na oras na magising siya ay humingi siya ng tubig. If he asks for water pagkagising niya, the drug still works on him. Kung hindi, the drug will only make him sleep now."

Hindi humingi ng tubig si Rusty. Ibig sabihin niyon ay naka-develop na ito ng immunity sa drug ni Diesel.

Pagkatapos maluto ang pagkain ay dinalhan niya niyon si Rusty.

"I would need to use my hand para makakain." Kinalampag nito ang posas sa mga kamay nito.

Umiling siya. "After na makita ko ang klase ng skills mo, I'm going to take all necessary precautions. Susubuan na lamang kita. Open your mouth!"

Ibinuka nito ang bibig at tinanggap ang pagkaing isinubo niya. Pinagmasdan niya ito.

"Alam mo, kung hinihintay mo ang epekto ng gamot ni Diesel sa akin, naghihintay ka sa wala. Nakagawa na ng gano'ng gamot ang mga taga-Ravenhurst. I also made sure na naka-develop na ako ng immunity sa gamot na iyon bago ako nagbalik sa Pilipinas. I can't allow you to control my mind, Dallas."

"Walang gamot ang pagkain," aniya. Sinubuan uli niya ito.

"You must understand na kumakain ako para hindi ako mawalan ng lakas. I would need all the strength I have para makatakas sa lugar na ito."

Nagtagis ang mga bagang niya. "I'm pregnant!"

Gumuhit ang pagkabigla sa mukha nito.

"And don't you dare deny na ikaw ang ama nito!"

"I am not your husband."

"Iyan lamang ba ang masasabi mong dahilan para talikuran at takbuhan ang obligasyon mo sa akin? Magtatago ka na naman sa ibang pangalan? Even if you changed your name, hindi mo maikakaila na katawan mo pa rin ang ginagamit mo every time we make love. Your own blood runs in the veins of our future child."

"Sa sitwasyon natin, malabong mapanindigan ko ang pagiging ama ng bata. We are enemies, Dallas," mariing sabi nito.

"Bakit kailangan nating maging magkaaway? You are just working for Ravenhurst for money. You can resign from your job and work for Ocean Oil."

"Brian died trying to bring me back. I owe him to continue his work. And in case you don't know, ang pagtatrabaho ko sa Ravenhurst ay paraan ko lamang para malabanan ang Ocean Oil at ang ama mo. Even without Ravenhurst, magiging magkaaway pa rin tayo. I would still seek to destroy Ocean Oil."

"Why do you hate us? Ano ba ang ginawa ng daddy ko?"

"He was responsible for the death of my friends. Siya ang pumatay sa tanging pamilya na nakilala ko."

"No! Hindi totoo ang sinasabi mo! My father can't—"

"Bakit hindi mo siya tanungin? Ask him about the incident, the explosion that killed a lot of people sa Canada refinery ng Ravenhurst? Hindi ka ba nagtataka kung saan kinuha ng ama mo ang malaking pera para makapagtayo ng isang malaking oil company? He was just an ordinary Ravenhurst employee before, right? Masyadong malinis ang tingin mo sa iyong ama. But innocent bloods stain his hands!"

Ibinagsak niya ang hawak na pinggan sa kama. Tumayo siya at iniwan ito. Kailangan niyang malaman kung may katotohanan nga ang bintang ni Rusty sa kanyang ama.

TAGUMPAY ang plano ni Rusty. Na-upset nang husto si Dallas sa mga sinabi niya. Nakalimutan na nito ang balak nito na i-seduce siya. Ang downside nga lang ay gutom pa siya. At sa klase ng posisyon niya ay malabong maabot niya ang pinggan ng pagkain na iniwan nito.

Binale-wala na niya ang balak na lansihin ang bantay niya. Malabong malansi si Dallas. Ang next plan niya ay ang ma-contact ang isa sa mga members ng Avalon Knights o ang mga local groups of mercenaries na ginagamit nilang tauhan sa mga missions nila. Dati ay mayroong phone sa tabi ng kama. Ngunit wala na ngayon iyon. Siniguro talaga ni Dallas na hindi siya makakatawag sa kahit sino.

He maybe stuck here. Pero nakasisiguro siyang makakahanap siya ng pagkakataon para makatakas. Kung sana isang kamay lamang niya ang ipinosas ni Dallas, tiyak na makakatakas siya roon.

Unfortunately, he married a very sly woman.

Married? *No!* Dapat na niyang itigil ang pag-iisip na asawa niya si Dallas o na kasal sila.

"I'm pregnant!"

Nagbalik sa alaala niya ang sinabing iyon ni Dallas. Totoo kaya iyon? Lumarawan sa isipan niya ang maraming unprotected lovemaking na naganap sa kuwartong iyon at sa iba pang parte ng condo unit. Malaki ang posibilidad na nabuntis nga niya si Dallas!

Sabay sa pagbabalik ng alaala ay naramdaman

niyang muli ang init ng mga labi nito, ang lambot ng katawan nito, at ang—

Ipinilig niya ang kanyang ulo. Hindi siya dapat nag-iisip ng X-rated sa ganoong sitwasyon.

Noon niya napansin ang nangyari sa pagitan ng kanyang mga hita.

"Shit!" bulalas niya. Kung bakit naman kasi napakalinaw pa rin ng mga alaala niya. Bakit hindi niya makalimutan ang mga iyon?

Pilit na ibinalik niya ang kanyang isipan sa posibilidad ng pagkakaroon nila ni Dallas ng anak. Hahayaan ba niyang lumaki iyon ng walang ama? Na matulad iyon kay Steed at sa kanya?

Pero paano siya magiging isang mabuting ama sa bata kung ang ina nito ay kaaway niya? Kukunin ba niya ang bata kapag isinilang na ito? Pero kailangan din ng bata ang pagmamahal ng isang ina. He never felt the love of a mother or a father. Alam niya kung gaano kalungkot iyon. May naiiwang kahungkagan sa buhay ng isang tao ang paglaki nang walang mga magulang.

Hindi niya dapat problemahin ang isang bagay na hindi pa tiyak ang katotohanan. Posibleng paraan lamang iyon ni Dallas para mamanipula siya... para makumbinsi siyang kumampi rito.

Ngunit malabo na talikuran niya ang grupo ni Brian. Malaki ang naging kasalanan niya kay Brian. He killed him! At ang tanging paraan para mabayaran niya ang kasalanan niyang iyon sa lalaki ay ang isakatuparan ang paghihiganti nito.

Hindi niya maaaring isantabi iyon para lamang sa pag-ibig... No. Hindi iyon dahil sa pag-ibig. Hindi niya mahal si Dallas Miranda.

Kung siya nga siguro si Steed ay maaari niyang mahalin ang isang tulad nito. But he was not Steed. He was Rusty. Walang panahon si Rusty sa pag-ibig...

Naramdaman niya ang pagtibok ng kanyang puso. Agad niyang ipinaalala sa kanyang sarili na hindi niya puso iyon. Pagmamay-ari iyon ni Steed. His heart was gone. Matagal na siyang walang puso. Nabuhay siya nang hindi kinailangan ang tinatawag na "pag-ibig."

Bumukas ang pinto. Nagulat siya nang makitang pumasok doon si Salvador Rodriguez!

Saglit na tumutok sa kanya ang mga mata nito bago ito naglakad palapit sa isang lamp. May kinuha ito sa ilalim niyon. Isa iyong maliit na buton.

"A bug," paliwanag nito. "You can't blame me for worrying about my daughter. Pagkatapos kong malaman kung sino ka talaga, I needed to be assured na lagi siyang ligtas. Pero hindi ko akalaing ikaw pala ang manganganib sa kanya."

"Pinapunta ka ba rito ni Dallas?"

"That would be quite impossible dahil papunta siya sa Ocean Oil. After hearing your conversation, sinadya kong pumunta rito para personal na makipagkita sa iyo. I am here to let you go, Rusty."

Naglabas ito ng susi. Inalis nito sa pagkaka-handcuffs ang isang kamay niya bago nito ibinigay sa kanya ang susi. "We are even now. Pinatakas mo ako—"

"Nagkakamali ka, Mr. Salvador. Hindi kita pinatakas noon. Nagkataon lamang na incompetent ang mga taong inutusan ko na bantayan ka."

Mabilis na inalis niya ang pagkakaposas ng isa pa niyang kamay at mga paa.

"The next time we meet, Rusty, we will be enemies," babala nito.

"We have always been enemies," mariing sabi niya.

"Because of the incident in the refinery? Hinusgahan mo agad ako gayong hindi mo alam ang totoong nangyari."

"I was there, Mr. Rodriguez! Ikaw ang dahilan kaya napahamak ang mga kasamahan ko!" akusa niya rito.

"Nakita mo bang pinatay ko sila?"

"You occupied that refinery. Hostaged—"

"Iba ang version ng Ravenhurst at ni Brian. Pero hindi ka pa ba sanay sa kanila? They lie and they change facts according to their needs. Imposibleng totoo ang lahat ng sinasabi nila. I mean, if I were really the one responsible sa pagpapasabog sa refinery na iyon at sa pagkamatay ng maraming tao ro'n, sa tingin mo ba ay mananatili akong malaya? Hindi ba dapat ay nakakulong ako?"

"You already own Ocean Oil then. May pera ka na, may mga abogadong mababayaran."

"And why would the President and CEO of a growing company hostage a refinery? Ano ang mapapala ko kapag ginawa ko iyon?"

Natigilan siya. May punto ito.

"Don't judge me, young man, hangga't hindi mo naririnig ang panig ko."

"Then tell me your side!"

"Maniniwala ka ba gayong naka-set na ang isip mo na ako ang may kasalanan ng lahat?"

Hindi siya agad nakakibo.

Lumabas ito ng kuwarto.

Sumunod siya rito. Gusto niyang malaman ang bersiyon nito ng istorya. Nagtaka siya nang magtungo ito sa kusina.

"Hmm... It seems my daughter cooked dinner. Speaking of dinner, hindi pa pala ako kumakain." Kumuha ito ng pagkain at kampanteng naupo sa harap ng hapag.

"You still haven't told your side of the story," paalala niya rito.

"Nandito ka pa pala. Ang akala ko, pagkatapos kitang palayain ay aalis ka na. You might lose your chance of escape. Kapag na-realize ni Dallas na wala ako sa opisina ay tiyak na babalikan ka niya rito. That daughter of mine is still very much in love with you. And you know very well what women in love are capable of doing. You could get raped, you know." Tumawa ito nang malakas.

Napatiim-bagang siya.

Sinimulan nito ang pagkain.

"But you do deserve the truth. Mahaba ang kuwento ko. At mukhang gutom ka. Bakit hindi mo ako sabayan sa pagkain?"

Gutom pa nga siya. Kung iyon ay isang uri ng panlalasi, mas magandang busog siya at malakas. Kailangan niyang malabanan ang mga tauhan nito oras na magpasukan na ang mga ito roon. Nasisiguro niyang hindi ito nag-iisang sumugod doon. Nakabantay tiyak sa paligid ang mga tauhan nito.

Kumuha siya ng pagkain. Naupo siya sa kaibayo nito. "So then, let's begin the story," pahayag ni Mr. Rodriguez. Uminom ito ng tubig bago nagsimulang magkuwento. "I used to be an employee of Ravenhurst. In fact, ako ang manager sa isang oil depot nila noon. But because of Ravenhurst's greed, hindi sila naglagay ng safety measures. Nang sabihin ko sa kanila na dapat nang ilipat ang oil depot dahil nagiging urbanized na ang paligid nito, hindi nila ako pinakinggan. I made several reports and studies para patunayan ko sa kanila ang panganib na dala ng oil depot.

"They never listened. Nang magkaroon ng aksidente, it became an ecological disaster. Ravenhurst claimed na kagagawan iyon ng mga environmental terrorists. Ngunit alam ko ang totoo. I wanted to tell the truth ngunit alam kong mababale-wala lamang ang lahat. Mayaman at makapangyarihan kasi sila. Besides, I also have a family to take care off. So I made a deal with them. Mananahimik ako tungkol sa kapabayaan nila, but they need to pay me."

"You blackmailed them?"

Tumango ito. "It was like a deal with the devil. Pero siniguro kong malaking pera ang makukuha ko. And I used that money to buy stocks, to invest hanggang sa mapalaki ko ang pera ko at mabili ang isang naluluging independent oil company. I renamed that Ocean Oil, Incorporated. I created Ocean Oil para labanan ang Ravenhurst. Gusto kong masigurong hindi na mauulit ang nangyaring disaster noon.

"Unfortunately, hindi pa gaanong malakas ang Ocean Oil nang mabalitaan ko mula kay Dan Ferris ang nangyayari sa refinery ng Ravenhurst sa Canada. Dati ko siyang kasamahan noon sa Ravenhurst. He decided to stay with the company. Pero tulad ko ay na-realize din niya ang ginagawa ng kompanya, partikular na ang mga paglabag niyon sa regulations and safety measures. Tulad ko, hindi rin siya pinapakinggan ng management.

"Pinapunta niya ako sa refinery para ipakita sa akin ang mga natuklasan niyang violations. I went there to help a friend. Ang hindi ko nagawa noon ay gagawin ni Dan. He needed my help so I decided to help him. Nagdala na rin ako ng isang grupo ng mga environmentalists para may saksi sa nangyayari sa refinery.

"And then your team attacked the refinery! All hell broke lose! Unstable na ang isa sa mga machines doon. It seems tinamaan iyon ng bala. Nasira iyon, nagkaroon ng short circuit, at nadamay ang iba pang machines. And the rest you already know," pagtatapos nito sa pagsasalaysay.

"Isinisisi mo sa mga kasamahan ko ang dahilan ng pagkamatay nila?"

"It was an accident. An accident that could have been prevented kung hindi naging gahaman sa pera ang Ravenhurst."

Hindi siya nakaimik. Dalawang version na ng incident ang narinig niya. Kailangan niyang pag-aralan ang mga iyon para malaman kung alin ang totoo at alin ang hindi.

MULA sa kotse ay pilit na kinontak ni Dallas ang kanyang ama sa phone. Ngunit wala ito sa bahay o maging sa opisina. Hindi rin nito sinasagot ang cell phone nito. Nagsisimula na siyang mag-alala na baka may nangyari dito nang tumunog ang cell phone niya.

Nakahinga siya nang maluwag nang marinig ang boses nito sa kabilang linya.

"I just heard from my secretary na hinahanap mo ako."

"I need to talk to you, Daddy. Steed—I mean, Rusty

has been saying things about you. Gusto kong malaman ang totoo."

"Ah, that incident sa Ravenhurst refinery. I'll tell you everything tomorrow. But I think mas importante ngayon na bumalik ka sa condo unit mo. Natanggal ni Rusty ang handcuffs niya. I am too old to stop him. And I don't think the security guards are a match against him."

Bigla siyang nag-U-turn! Bumalik siya sa condo unit niya. Pagdating niya roon ay nakasalubong niya ang kanyang ama na palabas ng elevator.

"Daddy! You were here all along?" bulalas niya.

"Akala mo ba, basta na lamang ako tatahimik pagkatapos kong malaman na dinala mo sa condo mo ang leader ng Avalon Knights? I have to watch over you."

"I can take care of him!"

"Well, kung kaya mo, bilisan mo. Baka hindi mo na siya abutan pa."

Mabilis siyang nagtungo sa condo unit niya. Nang pihitin niya ang doorknob ay natuklasan niyang bukas iyon. Nakaalis na ba si Rusty?

Pumasok siya. Nagulat siya nang makita ito sa kusina. Inilalagay nito ang mga dirty dishes sa dishwasher.

Biglang nagbalik sa alaala niya ang nakaraan. Madalas ding gawin nito ang ganoon pagkatapos nilang kumain.

Lumingon ito. "Your father was right. Dapat ay umalis na ako dahil kung hindi ay aabutan mo ako rito."

"Paano ka nakawala sa handcuffs?"

"Your father gave me the key."

"What?" bulalas niya.

"Tutol siya na magkaroon uli tayo ng relasyon. In fact, he had disowned me as his son-in-law pagkatapos kong tanggihan ang offer niya na magtrabaho sa kanya. I have a promise to keep to my brother. I promised him to destroy Ocean Oil and no one can make me break that promise!" mariing pahayag nito.

7

Nagtagis ang mga bagang ni Dallas. "How can you be so stupid, Rusty? You are on the wrong side! Ang tinutulungan mo, ang mga boss mo ay mga ganid at ang tanging gusto lamang ay yumaman at magkamal ng salapi!"

"I never break my promise. And I owe Brian—"

"You also promised to love me, to—"

"Nakalimutan mo yata na ang nangako ay si Steed. I am not Steed. I'm your enemy. Kahit ano pa ang mangyari ay hindi mababago iyon."

"Then I will defeat you! And I will destroy Ravenhurst and even the Avalon Knights!" nanggigigil na sabi niya kahit wala siyang ideya kung paano niya gagawin iyon.

"You can't win this fight, Dallas," pahayag nito. "Nasa likod ko ang lahat ng malalaking kompanya ng langis."

"Sa akala mo ba, kahit alam kong wala akong pag-asa na manalo ay basta na lamang ako susuko?"

Bumuntong-hininga ito. "No. You will fight on and

on lalo na kung sa isip mo ay ikaw ang tama."

"I am right! Don't you dare deny na mali ang ginagawa namin! Ikaw at ang mga oportunistang oil cartels ang mali! All you want is to stop progress para patuloy kayong kumita ng salapi. Wala kayong pakialam kung magdulot man kayo ng pollution sa mundo. But in the end, we will win. Dahil mauubos din iyang ipinagmamalaki ninyong oil."

"Dahil mauubos din iyon, bakit hindi na lamang ninyo hayaang maubos at saka ninyo i-introduce ang new source of energy ninyo? Naisip na ba ninyo na kung ngayon ninyo biglang ilalabas sa market ang lantillas oil ay babagsak ang oil industry? Hindi ang mayayamang may-ari ng oil companies ang magsa-suffer, ıt will be the poor people, ang mga employees. The moment lantillas oil reaches the market, wala nang bibili ng crude oil and its production will stop. Millions of workers will be out of job!"

"The new industry will give this new people new jobs!" pangangatwiran niya.

"But that will take time. Baka bago mangyari iyon ay namatay na sa gutom ang mga pamilya nila."

"Hindi mangyayari iyon kung ngayon pa lamang ay sisimulan na ng mga oil companies ang pagtalikod sa production ng crude oil. But they won't dahil malaki ang kinikita nila roon at kapag ginamit nila ang lantillas, they wouldn't be able to control the market. They will lose money."

"Alam mong walang patutunguhan ang usapang ito, Dallas. Magkalaban tayo, magkaiba ang posisyon. There will be no compromise between us. Mare-resolve lamang ito kung matatalo ang isa sa atin." Naglakad ito papunta sa pinto.

"It seems ikaw ang matatalo dahil aalis ka na. Natatakot ka ba sa akin, Rusty? Hindi mo ba kayang makasama ako sa bahay na ito? This used to be your home, too. Can't handle the memories?" panunuya niya.

Nilingon siya nito. "Ginagawa mo nang personal ang usapan."

"It has always been personal! You are my husband!"

"Si Steed ang asawa mo. I am not him."

"Liar! Hindi mababago ng pagpapalit mo ng pangalan ang tunay mong pagkatao."

"This is who I am, Dallas. Steed was just a role, a character I played para makalapit sa iyo, para matuklasan ang lihim ng Ocean Oil."

"I don't believe you!"

"I'm sorry." Tinalikuran na siya nito at sinimulang maglakad palabas.

Tumakbo siya sa pinto. Iniharang niya roon ang kanyang katawan.

"You can't stop me, Dallas. Madali kitang mao-overpower. The only way para mapigilan mo ako ay kung may isang dosena kang security men na nasa labas o lalabanan na naman ako ng buong team."

Hindi siya tuminag sa kinatatayuan niya.

"I am not letting you go!" mariing pahayag niya.

Huminga ito nang malalim. Kapagkuwan ay yumuko ito at hinawakan siya sa magkabilang baywang! Huli na nang ma-realize niya ang gagawin nito. Binuhat siya nito at parang sako ng bigas na isinampay sa balikat nito.

Nagpumiglas siya. Pinaghahataw niya ito. Binalewala nito iyon. Idiniretso siya nito sa kuwarto. Ibinagsak siya nito sa kama.

Tinangka niyang bumangon ngunit hinawakan nito nang mahigpit ang kaliwang kamay niya. Kasunod niyon ay naramdaman niya ang pagbalot ng malamig na handcuffs sa kanyang kamay!

Ngumiti ito. "You are going to stay here. And I am leaving!" Kinuha nito ang isa pang handcuffs na nasa headboard. Ipoposas pa nito ang isa pang kamay niya! Ginamit niya ang kanyang kanang kamay na malaya pa para agawin ang handcuff dito. Di-hamak na mas malakas ito kaysa sa kanya kaya kailangan niyang samantalahin ang pagkabigla nito.

Isang "click" ang sabay nilang narinig. Napangiti siya. Kumunot nang todo ang noo nito.

Nagtagumpay siyang mai-handcuff ang kanang kamay nito!

"Dallas!" nanggigigil na sabi nito.

Pareho nang naka-handcuff ang tig-isang kamay nila sa headboard ng kama.

Noon niya napansin ang pagkuha nito ng kung ano

mula sa bulsa ng pantalon. Hawak pa nito ang susi! Malakas na tinampal niya ang kamay nito. Humagis ang susi sa sahig.

"Damn crazy woman!" wika nito.

"Mukhang pareho tayong stuck ngayon dito," aniya.

Hindi siya pinansin nito. Mukhang may nakakuha ng atensiyon nito. Sinundan niya ang direksiyong tinitingnan nito. Noon niya na-realize na sa pakikipag-agawan dito ay napunit ang suot niyang palda. At sa klase ng pagkakaupo niya ngayon ay kitang-kita ang underwear niya.

"Shit!" biglang sambit nito, sabay iwas ng tingin nang ma-realize nito na nahuli niya ito.

Natawa siya. "Oh, my God! You got turned on!" tukso niya rito.

"Of course not!" malakas na kaila nito. Ngunit hindi maikakaila nito ang kakaibang apoy sa mga mata nito. Pamilyar na siya sa ganoong klase ng apoy sa mga mata nito.

"I wonder kung ano ang mangyayari sa iyo kapag naghubad ako?"

"Nothing! Ilang beses ko nang nakita `yang katawan mo. That won't have any effect—"

Sinimulan niyang alisin sa pagkakabutones ang blouse niya. Mabilis na pinigilan nito ang kamay niya.

Hinawakan niya ang kamay nito at inilapat iyon sa kanyang dibdib. Mabilis na binawi nito ang kamay.

Tumawa siya nang malakas.

Dumilim naman ang mukha nito. "You are a devil, Dallas!" akusa nito.

"You haven't changed at all," natatawang wika niya. "You still want me."

"Any woman can turn me on. Pero hindi ibig sabihin niyon ay may mangyayari sa atin."

Hinagkan niya ito. Agad nitong pinutol ang halik. Lumayo ito sa kanya. Ngunit dahil sa posas ay hindi rin ito nakalayo nang husto. Kayang-kaya pa rin niyang abutin ito.

"Coward!" akusa niya rito bago niya kinuha ang isang unan.

"Ano'ng binabalak mo?"

"I'm going to sleep. Gisingin mo ako kapag hindi mo na makayanan `yang nararamdaman mo. I won't make love to an unwilling man." Nahiga na siya. Tinalikuran niya ito.

Isang sugal ang ginawa niya. Kapag naa-arouse si Steed noon ay hindi ito nakakatagal... hindi makapaghintay. Kahit nasaan sila ay sinusunggaban siya nito. Hopefully ay ganoon pa rin ito kahit iginigiit nitong hindi na siya mahal nito. Sana ay mas mangibabaw ang init ng katawan nito.

BATID ni Rusty na kailangan niyang makalayo kay Dallas as soon as possible. Ang pagkakalapit nila, ang kama... everything was bringing back unwanted memories of passion!

Bagaman nakatagilid ito at ang nakaharap sa kanya ay ang likod nito, bale-wala iyon. Kabisadung-kabisado niya ang buong katawan nito. And he clearly remembered every contour of his wife's naked body.

Wife? No!

Hindi niya dapat payagan ang kanyang sarili na isipin na asawa pa niya ito.

Noon niya napansin ang maliit na pulang pin sa buhok nito. Bigay niya iyon dito. Binili niya iyon para dito noong nasa Hawaii sila. Hairpin iyon na may palamuti ng red hibiscus. Hindi ugali ni Dallas na mag-ipit, but when he bought the pin, lagi na nitong suot iyon. Inilalagay nito iyon sa right side para ipaalam sa lahat ang civil status nito. Bukod doon ay suot din nito ang kanilang wedding ring.

Napasulyap siya sa kanyang daliri. He had thrown Steed's wedding ring to the sea. Dapat ay umalis na siya kanina pa nang pakawalan siya ni Mr. Rodriguez. Pero ewan ba niya kung bakit naisipan niyang maghugas pa ng mga pinggan. That was such a stupid move.

Napatutok ang mga mata niya sa baywang ni Dallas, sa...

Agad niyang inalis ang tingin sa katawan nito. He must not allow himself to succumb to temptation! O kailangan ba niyang angkinin uli ito upang hindi na siya nito ma-tempt pa? Women in his life came and went. Kapag nagsawa na siya sa mga ito at nawalan ng gana ay nakikipaghiwalay na siya sa mga ito. At ang dahilan kaya siya nagsasawa ay dahil hindi niya pinipigilan ang kanyang sarili. He allowed himself to indulge in their warmth. Ngunit ang mga naganap na pagtatalik sa kanila ni Dallas ay naganap noong nasa katauhan pa siya ni Steed. He, Rusty was never satisfied. Kaya siguro may lingering passion pa. May temptation pa.

Isang parte ng isipan niya ang nagsasabi na angkinin na ito. Get over it and move on. Pero oras na gawin niya iyon, patitibayin lamang niya ang maling paniniwala nito na mahal pa rin niya ito.

The woman had vehemently denied her feelings for Steed for almost two years. Pero nang sa wakas ay umamin na ito ay ayaw na siya nitong pakawalan pa. Mukhang kahit ano pa ang gawin niya o mangyari ay mananatiling mahal pa rin siya nito.

No! Dallas must get over him as soon as possible! He needed to do something so drastic, isang bagay na makakasakit dito nang labis para tuluyan nang kalimutan nito ang pagmamahal sa kanya. Dallas' love wouldn't be so bad kung maaari sana niyang paikutin at kontrolin ito. But she couldn't be controlled by love or passion.

Sinulyapan niya ang susi na humagis sa sahig. Hindi niya makakayang abutin iyon. At dahil inalis na ni Mr. Salvador ang listening device, malabo nang malaman nito ang predicament niya. But then, if ever he did, would he release him again?

Binalingan uli niya si Dallas. Baka naman drama lamang iyon ng mag-ama. They really planned to trap him. Come to think of it, sa pagsasabi sa kanya ni Mr. Salvador ng side nito ng nangyari noon, hindi na niya ngayon malaman kung galit pa siya o hindi sa matandang lalaki. Mukhang mas gusto nito na magtagumpay si Dallas sa pagse-seduce sa kanya.

Nakakainis ang sitwasyon niya, at the same time ay nakakatawa. Siya na sanay mang-seduce ng babae, siya na nang-iiwan ng babaeng hindi na niya gusto ay nalagay ngayon sa isang sitwasyon kung saan pinipigilan niya ang kanyang sarili na matukso ng isang babaeng hindi niya maiwan.

Napatutok uli ang kanyang mga mata sa pulang pin sa buhok nito. Biglang kumislap sa isipan niya ang paraan para makatakas! He needed to get that pin! Maaari niyang magamit iyon para mabuksan ang handcuffs. Pero kung mahahalata ni Dallas kung saan niya gagamitin ang pin nito, tiyak na ihahagis na naman nito palayo iyon. Kailangang siguruhin niya na hindi nito magagawa iyon. Kailangan niyang patulugin ito. Isang malakas na hataw sa batok o sa sikmura at tiyak ang pagtulog nito. Iniangat niya ang kanyang kamay, isang malakas na hataw lamang sa batok...

But then, he had never hit a woman before. Bukod doon, mas matibay ang leeg ng isang lalaki kaysa sa babae. Baka kung ano pa ang mangyari sa spinal cord nito.

Isang suntok sa sikmura? Paano kung buntis nga ito? That could kill his own child!

Napabuntong-hininga siya. It seemed there was only one way para mapatulog niya ito upang makuha niya ang pin nito at makatakas siya.

He needed to make love to her. Kailangan niyang pagurin ito nang husto upang makatulog ito.

SA PAGTALIKOD ni Dallas kay Rusty ay kinailangang manatili na nakataas ang kaliwang braso niya dahil sa pagkaka-handcuffs niyon. Para hindi siya mangawit ay ipinatong na lamang niya ang braso niya sa kanyang ulo. Napaka-awkward ng posisyon niya. Mas maganda sana kung humarap na lamang siya rito. Pero umiral ang pride niya. Nakapagbitiw na kasi siya ng salita. Kaya hindi siya haharap o gagalaw hangga't hindi ito ang nauunang gumawa ng move. Sana nga lamang ay bilisan na ng mga hormones nito ang pagtatrabaho. Nangangawit na siya.

Natigilan siya. May naramdaman siyang pagkilos sa likuran niya. Nagtatangka ba itong tumakas?

Naramdaman niya ang pagdikit ng katawan nito sa kanyang likod. Pinapanatili niya ang sarili na hindi gumagalaw, na tila walang pakialam. Huwag sana nitong marinig ang malakas na tibok ng kanyang puso.

Marahang hinawi nito ang buhok niya sa batok. Nasundan iyon ng paglapat ng mga labi nito sa balat niya roon. Daig pa niya ang napaso. Hindi na niya nakontrol pa ang kanyang sarili. Hinarap niya ito.

Nagtama ang kanilang mga mata. Gusto niyang magtatalon sa tuwa. Malinaw sa ekspresyon ng mukha nito ang gusto nitong mangyari. She had won! Her husband was back!

Hindi na niya hinintay pa ang pagdating ng halik nito. Nauna na siyang humalik dito. Sa pagkakataong iyon ay tinugon nito ang halik niya. Gamit ang kaliwang kamay nito, kinabig siya nito para magkalapit nang husto ang kanilang mga katawan.

"I missed you," anas niya.

Hindi ito sumagot. Ngunit yumuko ito at sinimulan siyang hagkan sa leeg. Napasulyap siya sa mga handcuffs nila. Iyon na yata ang unang pagkakataon na magme-make love sila na may props.

Natawa siya. Huminto ito sa paghalik sa kanya.

Itinuro niya ang mga handcuffs. "Can we still do it kahit hindi natin masyadong maigalaw ang isa sa mga kamay natin?"

"We just need to change positions." Bumangon ito. Naupo ito.

Ginaya niya ito. Magkaharap na sila ngayon. Mukhang mas maganda ang ganoong posisyon. It was not like the two of them had never made love sitting. Nagawa na nila iyon sa silya, sa sofa, at maging sa counter sa kusina.

Sa pagbabalik ng mga alaala ay naramdaman niya ang pagsiklab ng apoy sa kanyang katawan—ang pananabik niya sa kanyang asawa. Ikinawit niya ang isang braso niya sa leeg nito. Isang mariing halik ang nakuha niya mula rito.

Patuloy na iginigiit nito na hindi ito si Steed. Ngunit taglay pa rin nito ang mataas na pride. Hindi ito umaamin kahit sukol na. But that was okay with her. She could live with it dahil alam niya kung ano ang totoo.

Dahil sa temporary handicap nila ay magkatulong sila sa paghuhubad ng mga damit nila. Nagdagdag iyon ng excitement at thrill sa lovemaking nila. By the time na nahubad na nila ang lahat ng hadlang ay nakaupo na siya sa kandungan nito at magkahugpong na ang kanilang mga katawan.

Nagsilbing parang foreplay ang paghuhubad nila ng mga damit. Ngayon ay hindi na nila kontrolado ang kanilang mga sarili. Ang mga buwang hiwalay sila ay nakadagdag sa pagmamadali nila na marating ang sukdulan.

Sinalubong niya ang bawat ulos nito. Pinunan niyon ang kahungkagang iniwan nito nang mawala ito. Nang sa wakas ay maabot nila ang sukdulan ay animo isang malakas na salpok iyon ng malaking alon sa dagat. Napasadsad sila, kinailangan nilang maghabol ng hininga.

Nagmulat siya ng mga mata. Nakakandong pa rin siya rito. Nakapulupot pa rin ang kanyang braso sa leeg nito at nakayakap naman sa baywang niya ang isang braso nito.

Nagtama ang kanilang mga paningin. Gusto niyang marinig ang mga salitang "I love you" mula rito. Those words would make their lovemaking so perfect. Ngunit malabong marinig niya ang mga salitang iyon mula rito.

Bihira itong magsabi ng ganoon nang kusa. Pero sapat na sa kanya na naroon ito at kapiling niya. Ang mga hindi nito masabi ay naramdaman niya nang angkinin siya nito.

Masuyong hinaplos niya ang mukha nito. "You will always be mine and I will always be yours," aniya.

Ngumiti ito.

"Ano'ng nakakatawa?"

"Ngayon lang kita narinig na nagsalita ng mga mushy words na ganyan."

"You are ruining our romantic moment!" kunwari ay galit na sabi niya rito. Piningot pa niya ito sa tainga.

Tumawa ito nang malakas. Ganoon din dati ang reaksiyon nito kapag nagtatagumpay itong maasar siya.

Mukhang kailangan niyang turuan ito ng leksiyon. Yumuko siya at mariing kinagat ang isang dibdib nito.

Humiyaw ito. "Dallas!"

"Di natigil ka! You should never ever laugh when a girl is being romantic!" kunwari ay galit na sabi niya.

"Kailan ka pa naging romantic?"

Tinaasan niya ito ng kilay. "I can't remember you being romantic. Ang malinaw lamang sa memory ko ay ang pagiging suplada mo, mataray, conniving, manipulative, bossy, and in total self denial na mahal ako."

Namaywang siya. "I have stopped denying I love you," paalala niya rito.

Tinitigan siya nito. "Yeah..."

Sa isipan niya ay nakikiusap na siya. Ang dasal niya ay sabihin uli nito na mahal siya nito.

"Pagod ka na ba?" tanong nito.

"Ha?" Ang layo yata niyon sa "I love you."

"No."

Nagtaka siya nang kunin nito ang dalawang unan sa kama. Matutulog na ba ito? "Are you going to sleep?"

"No. Pero gusto kong mabigyan ng ilang minutong recovery period ang favorite part mo sa katawan ko."

Tinaasan niya ito ng isang kilay. "At kakailanganin mo ang unan?"

Inilagay nito sa likuran niya ang mga unan. "No. Para sa iyo ang mga ito." Inihiga siya nito. Pero dahil ang mga unan ay nakaposisyon sa baywang niya, naging mas mataas ang kanyang balakang kaysa sa kanyang ulo.

"Rusty! Ano'ng ginagawa mo?"

"I want to see. Matagal ko na rin namang hindi siya nakikita, `di ba?"

Nag-init ang kanyang mukha. Alam na niya kung ano ang gusto nitong makita. Sa posisyon niya, malinaw na malinaw kung ano iyon.

Pinaghiwalay nito ang kanyang mga hita. Dapat ba niyang sabihin dito na bigyan din siya ng ilang minutes of recovery?

Bigla siyang napapikit. Mukhang late na. Sinimulan na nito ang pagtingin. Pero mali yatang sabihin na tumingin lamang ito. Dahil naramdaman din niya ang mga kamay nito at ang bibig nitong halos pumaso sa pinakasensitibong bahagi ng kanyang katawan!

Hindi pa ganap na bumabalik sa normal ang heartbeat niya ngunit dahil sa ginawa nito ay parang napapasabak na naman siya sa takbuhan. Bumilis na naman ang tibok ng kanyang puso, ang kanyang paghinga. At unti-unting tumitindi na naman ang nararamdaman niya.

Hindi na niya nalaman kung ilang minuto tumagal ang recovery period nito. Ngunit sa mga minutong iyon ay hindi siya nakapagpahinga. Nasobrahan yata ito sa pananabik! Unfair ito. Mauubusan siya ng lakas!

Naramdaman niya ang pag-alis nito sa unan. Gusto sana niyang bumangon ngunit nag-iipon pa siya ng lakas. Hinawakan siya nito sa kamay at hinila siya patayo. Pagbangon niya ay na-realize niya ang naging epekto ng ginawa nitong pagtingin.

"Don't tell me ide-deny mo sa akin ang right ko as your husband?" panunukso nito.

"Husband? You married me as Steed Allivar!"

"But that's still me. I heard somewhere na kahit ibang pangalan ang ginamit ng lalaki kapag pinakasalan niya ang babae, as long as may mga witnesses na makakapagpatunay na siya nga ang pinakasalan n'ong girl, the marriage remains legal and binding. Correction lang sa name sa marriage certificate ang kailangan."

Napangiti siya. Inaamin at tinatanggap nito na asawa na naman siya nito.

Niyakap niya ito nang mahigpit. "Okay then, you can get what is lawfully yours," wika niya.

Muli siya nitong pinaupo sa kandungan nito. Sa ikalawang pagkakataon ay naging isa ang kanilang mga katawan. Pinagsaluhan nila ang kaligayahang dulot ng pagniniig.

NANG makarating si Rusty sa hotel room niya ay agad siyang naligo. Gusto niyang mawala na nang tuluyan sa kanyang katawan ang apoy na ginising ni Dallas kanina. Ayaw rin niyang manatili ang bango nito sa kanya.

Pagkatapos maligo ay binuksan niya ang laptop niya. Nag-Internet siya. Gumamit siya ng video conference para mag-report kay Mr. Masterson.

"Where have you been?" Nahimigan niya ang iritasyon sa tinig nito. "Kagabi ko pa hinihintay ang report mo."

"Miranda Steinberg won't come back. Kailangan natin siyang ituring bilang isa sa mga kaaway natin."

"Then your group must eliminate her as soon as possible. Masyado siyang maraming nalalaman tungkol sa cartel. Hindi siya dapat makabalik pa sa US o ma-contact ang grupo ng US government na nag-iimbestiga sa cartel."

"If Miranda Steinberg dies, tiyak na isa kayo sa mapapaghinalaan."

"Then make it appear like an accident. Dead men tell no tales."

Hindi siya agad nakaimik.

"I don't think killing her would solve things. Anyway, lahat ng nalalaman niya ay tiyak nang nakuha ng Ocean Oil. Miranda Steinberg doesn't matter. We need to focus on that company," wika niya kapagkuwan.

"Kung gano'n, dapat lamang na ituloy mo ang misyon ni Montgomery. Eliminate Salvador Rodriguez and his daughter. Without them, babagsak ang kompanyang iyon."

Natigilan siya.

"Don't tell me na hindi mo kayang gawin ang trabaho ni Montgomery? You maybe the new leader of the Avalon Knights, Rusty. Pero kailangan mo pang patunayan ang loyalty mo sa akin at sa cartel. You would become a liability for me kung hindi mo magagawa ang ibinigay kong assignment sa iyo," makahulugang pahayag nito.

Malinaw ang ibig sabihin ng mga sinabi nito. Siya ang mapapahamak kung hindi niya magagawang i-eliminate ang mag-amang Salvador at Dallas.

8

Maagang umalis ng opisina si West. Gusto kasi niyang mabili ang regalo niya para sa anak niyang si Sandra sa birthday nito sa susunod na linggo. Popular ang toy doll na gusto ng kanyang anak at mahirap nang maubusan ito.

Pagdating niya sa bahay nila ay nagtaka siya nang makitang madilim na madilim ang bahay. Takot sa dilim si Sandra at alam iyon ng yaya nitong si Melba. Dapat nang mga sandaling iyon ay nasa bahay na rin si Tracy. Pero wala pa rin sa garahe ang sasakyan nito.

Pumasok siya sa gate. Napansin niya na hindi iyon naka-lock. Pagdating niya sa front door ay kinabahan siya. Bukas iyon! Something was not right.

"Sandra? Melba?" tawag niya sa kanyang anak at sa yaya nito.

Binuksan niya ang ilaw sa sala. Napansin niya ang nagkalat na laruan ng kanyang anak. Normal nang nadaratnan niya ang sala na puno ng mga laruan ng kanyang anak. Ngunit sa pagkakataong iyon ay kakaiba ang hitsura ng mga laruan. Marami sa mga iyon ay sira. Hindi ugali ni Sandra na sirain ang mga dolls nito.

Patakbong nagpunta siya sa kuwarto ng kanyang anak. "Sandra? Sandra!" malakas na tawag niya.

Wala rin ito roon. Binuksan niya ang lahat ng ilaw sa bahay. Pinuntahan niya ang lahat ng kuwarto roon. Wala si Sandra at ang yaya nito!

Nilukuban siya ng takot. Baka may masamang nangyari. Nang magbalik siya sa kusina ay noon niya napansin ang sahig. May pulang likido sa tiles! At may mga patak niyon patungo sa banyo!

Tumakbo siya patungo roon. Hinawakan niya ang doorknob at pinihit iyon. Unti-unting bumukas ang pinto.

Nanlaki ang kanyang mga mata sa nakita niya roon! Isang lalaki ang naroon. Nakaupo ito sa sahig, duguan ngunit mahigpit na hawak ang isang baril.

"You must be William Gallego the third," anito, sabay tutok ng baril sa kanya.

PAGLABAS ni Riva ng ospital ay inabutan niya sa gate ang asawang si Craven. Napangiti siya. Ang paminsan-minsang pagsulpot nito pagkatapos ng duty niya para sunduin siya at i-treat ng breakfast ay nakakapagdulot sa kanya ng labis na kasiyahan.

Ikinawit niya ang kanyang kamay sa braso nito.

"Alam kong ito na ang last day mo sa pagtatrabaho sa morgue so I decided to make this special," anito.

"Dapat ay may dala rin siyang bulaklak!" singit ni Dantè, ang kanyang imaginary friend na tanging siya lamang ang nakakarinig at nakakakita. Masasabi rin na ito ang tumatayong konsiyensiya niya.

"I would miss this place."

"Don't worry, oras na makapagtapos ka na ng Medicine, nasisiguro kong makakabalik ka rito, but as one of the doctors."

Ilang buwan pa lamang silang nakakasal ni Craven. Masasabing nasa honeymoon period pa sila kaya hindi pa sila gaanong nag-aaway. Pero kung sakali mang mag-away sila, hindi siya papayag na magtagal iyon. Gagawa siya ng paraan para magkabati sila agad.

"So, how is your dear imaginary friend? Meron na naman bang ipinipintas sa akin?"

Natawa siya. Para kay Craven ay ordinaryo na lamang ang presence ni Dantè sa isipan niya. He had accepted that part of her na masasabing kapintasan niya.

"Kulang ka raw sa romance ngayon. Wala kang dalang flowers."

"At sana naman ay hindi sa isang fast food ka na naman iti-treat niyan. Nagsasawa na ako ro'n," reklamo ni Dantè.

Sinarili na lamang niya ang komento nitong iyon.

"So, where do you want to have breakfast?" tanong nito. "My treat."

"Paano kung sabihin kong gusto kong mag-breakfast tayo sa—"

"May isang lalaki na nakasunod sa inyo, Riva!" bulalas ni Dantè.

Anong kalokohan na naman ang sinasabi ng babaeng ito? Pasimple siyang lumingon. Alas-sais pa lamang ng umaga. Iilan pa lamang ang taong naglalakad sa kalye kaya madali niyang na-locate ang sinasabi ni Dantè. Brown shirt na pinatungan ng jacket na maong ang suot ng lalaki. Nakasuot pa ito ng sunglasses.

Pasimpleng pinagmasdan niya ito. Para ngang sumusunod ito sa kanila ni Craven.

"Wait, meron pala akong titingnan sa isang tindahan dito," aniya kay Craven, sabay liko sa isang kalye.

Sumunod sa kanya si Craven.

"Oh, God! Lumiko rin siya!" sigaw ni Dantè. "At may inilalabas siya sa kanyang jacket. Get down! Get down!"

Mabilis na sinunod niya ito. Hinila niya padapa sa semento si Craven. May kung anong humaging sa ulunan nila.

"He's got a gun! A gun!" malakas na sigaw ni Dantè.

MATAAS na ang sikat ng araw sa Pacific Ocean. Mula sa bridge ng boat ay tanaw ni Recon ang malawak na karagatan. Napakapayapa niyon.

Naramdaman niya ang pagpasok ni Miranda sa bridge. Naamoy niya ang dala nitong kape at pagkain. Nakangiting nilingon niya ito.

"Wow! Ngayon ko lang nalaman na marunong ka rin palang magluto."

Tumawa ito. "No. Nagtimpla lang ako ng coffee. Itong breakfast, ito `yong mga microwave food mong naka-store sa freezer." Lumapit ito sa kanya. Iniabot nito sa kanya ang isang tasa ng mainit na kape.

"Thanks, love."

Yumakap ito sa kanya mula sa likuran niya. Tinanaw nila ang horizon.

"So, gaano katagal bago tayo makakabalik sa Pilipinas?"

"In three hours siguro ay makikita na natin ang isa sa mga isla ng Pilipinas." Tiningnan niya ito. "Kung nag-iisip ka na tumakas pagdaong natin sa pier, you will not succeed. I will never let you go, Miranda."

Tumawa ito. Inilapat nito ang mga labi nito sa likod niya.

Bagaman nakasuot siya ng T-shirt ay tumagos ang init ng halik nito sa kanyang balat.

"At bakit kita tatakasan? Dapat mong panagutan ang mga pinaggagagawa mo sa akin dito sa boat mo."

"Kung hindi mo ititigil `yang ginagawa mo, Miss Steinberg, uulitin ko ang mga ginawa kong iyon," pagbabanta niya.

"To do that, Mr. Marchesi, you need energy. Eat your breakfast first!" utos nito, sabay alis ng mga braso nitong nakayakap sa kanya.

Pinatay niya ang makina ng boat at sinundan ito sa

maliit na mesang naka-set up sa bridge. Sinaluhan niya ito sa pag-aalmusal.

"Sana tuwing umaga ay lagi tayong sabay na mag-aalmusal," aniya.

"That depends on my schedule and your schedule. I have an office and a practice in San Francisco. Ikaw naman ay kung saan-saan ipinapadala ng pakialamera mong boss."

"Kung gano'n, dapat pala ay i-schedule natin ang breakfast natin."

Tinitigan siya nito. "Can we make a marriage work, Recon? Long-distance relationship ang meron tayo. Sa klase ng trabaho natin, mahihirapan tayong manatili nang matagal sa isang lugar. What about our kids?"

"Let's do this slow, Miranda. Huwag muna tayong mag-anak. Let's get married, try to settle down, adjust our lives. And then if we are really sure na gusto na nating magkaanak, then we must make certain sacrifices. I am willing to make sacrifices. How about you?"

Pinagmasdan siya nito.

"Kung babagsak ang Ravenhurst, lalabas din ang mga ginawa ko para sa kanila. I could get disbarred in the US." Nag-isip ito. "Maybe I should start thinking of having a career here."

Ginagap niya ang kamay nito. "Ocean Oil would certainly need—"

"Malabong i-hire ako ni Dallas."

"I'm not talking about Dallas. But her father would

see na magiging isa kang magandang asset sa company."

Noon nila narinig ang tunog ng helicopter. Sabay silang napalabas ng bridge. Umiikot ang chopper sa boat. Nasulyapan niya ang baril na nakasukbit sa shoulder holster ng isa sa mga lalaking lulan ng chopper!

"Get inside, Miranda!" malakas na utos niya sa kanyang nobya.

NANG araw na iyon ang flight ni Lariza pabalik sa Pilipinas. Isang buwan siyang magbabakasyon doon. Hindi siya nag-aalala na may masamang mangyayari sa kompanya niya habang wala siya.

She had very capable employees. Isa pa, kung kakailanganin ang desisyon niya ay madali siyang mako-contact sa pamamagitan ng phone o video conference gamit ang Internet.

Ang isang buwang bakasyon na iyon ay regalo at sorpresa niya sa kanyang asawang si Conway. Pero bukod doon ay mayroon pa siyang isang purpose sa pagtungo sa Pilipinas. Ibinalita kasi sa kanya ni Dallas na pumayag na si Miranda na magpakasal kay Recon.

Napangiti siya. Nunca niyang inakala na mapapaibig ang kaibigan niya ng isang member ng Crimson Team.

Dalangin niyang sa pagkikita uli nila ni Miranda ay hindi na ito galit sa kanya. At dahil in love din ito kagaya niya, malaki ang posibilidad na maiintindihan nito ang naging desisyon niya na tanggapin uli si Conway sa kanyang buhay.

Pagdating niya sa airport ay nagulat siya nang dalawang security men ng airport ang lumapit sa kanya.

"Miss Lariza Benitez?" tanong ng isa.

"Yes?"

"Please come with us."

Hindi siya nakatanggi dahil agad na kinuha ng mga ito ang kanyang mga bagahe.

Kumunot ang kanyang noo. Anong kalokohan ito ng homeland security ng US? Napaghinalaan ba siyang isang terrorist? Kapag hindi naging maganda ang pagtrato sa kanya ng mga ito, humanda ang mga ito sa isang multimillion lawsuit!

Dinala siya sa isang opisina. Isang matandang lalaki ang nakaupo roon. Halatang hinihintay siya nito.

Natigilan siya. Pamilyar ito sa kanya! "Mr. Rodriguez? Ano'ng ginagawa ninyo rito?"

Tinanguan nito ang dalawang security personnel. Iniwan sila ng mga ito.

"I am afraid kailangan mong i-postpone muna ang lakad mo pabalik sa Pilipinas, Lariza. Mas mapapanatag ang loob ni Conway kung mananatili ka muna rito."

"Why? What's happening?" May kutob siyang may hindi magandang nangyayari.

"You don't have anything to worry about, Lariza. Isine-secure na ng security team ko ang bawat member ng Crimson Team. And Conway was the first one na na-secure nila. Your husband is safe. But if you go to the Philippines, malalagay ka pa sa panganib."

"Anong klaseng panganib ito?"

Hinugot nito mula sa bulsa nito ang isang cell phone. May tinawagan itong number. Mayamaya ay iniabot nito sa kanya ang cell phone. "Conway is on the line. Naiwan niya ang cell phone niya sa pagmamadali kanina."

"Conway? What's wrong? Are you all right?" sunud-sunod na tanong niya sa kanyang asawa.

"Yes. I'm okay," sagot nito. "Pero mas magiging okay ako kung papaligiran mo ang sarili mo ng security men."

"What's happening?"

"The president of Ravenhurst has gone nuts! Inutusan niya ang Avalon Knights na patayin ang lahat ng miyembro ng Crimson Team."

NAPAKUNOT-NOO si Diesel. Kanina pa niya tinatawagan sa bahay ang asawang si Romina ngunit hindi ito sumasagot. Kahit ang text message niya ay hindi nito sinagot.

Mukhang nagtampo ito nang sabihin niya rito nàng nagdaang gabi na baka hindi siya makauwi sa bahay nila. Malapit na kasing magka-breakthrough sa laboratory ng Ocean Oil, Inc. Ang mga scientists at researchers ay lumilikha ng isang klase ng lantillas na maaaring itanim sa kahit anong klase ng weather at soil conditions.

"Baka nag-grocery o namalengke. Ganitong mga oras ang market hour, `di ba?" komento ni Spark.

Katulad niya ay nag-overnight din ito sa opisina. Silang dalawa na lamang kasi ang tao sa opisina nang dumating ang balita sa laboratory nang nagdaang araw. Interesado rin si Spark na malaman ang resulta dahil ito ang nag-provide ng iba't ibang klase ng soil samples na pagtataniman ng lantillas.

Sa sampung soil samples na nakalagay sa iba't ibang terrarium na binigyan ng iba't ibang klase ng weather conditions ay tatlo na sa mga lantillas ang tumubo. At maganda rin ang feedback sa iba pa. Nagsisimula na ring tumubo ang iba pa. Iba-iba nga lamang ang bilis ng pag-usbong ng mga halaman. Pero kitang-kita ang nangyayaring pagbabago gamit ang special microscopes na gamit ng mga scientists nila.

"Siguruhin mo lang na pag-uwi mo sa bahay ay may dala kang pasalubong sa misis mo," paalala ni Spark.

Naghikab siya. "You're right. Mahirap nang magalit sa akin ang misis ko. Naglilihi pa naman."

Umiling-iling ito. "The travails of a married man. Hinding-hindi ko papasukin ang ganyang gulo."

Magkasabay silang lumabas ng laboratory. They both needed some sleep. Nasa pasilyo na silang dalawa nang makasalubong nila ang humahangos na si Helen, ang secretary ni Dallas. Umiiyak ito.

"Helen, what's wrong?"

"It's Dallas. Nasusunog ang condominium unit niya at hindi siya matagpuan! Police believed she's still inside the building and that she's already dead!"

Pareho sila ni Spark na hindi nakahuma. Noon nila nakita ang grupo ng mga security personel ng compound na tumatakbo palapit sa kanila.

"We have found them!" anang isa na may hawak na two-way radio.

"Sirs, you must come with us!" pahayag ng isa.

"Ano'ng nangyayari dito?" tanong ni Diesel.

"Nasa panganib kayong dalawa! Nagpadala ng assassins ang Ravenhurst! Every member of the Crimson Team is now a target!"

9

Two days ago.

Nang magising si Dallas ay wala na sa tabi niya si Rusty. Sa kabila ng namagitan sa kanila nang nagdaang gabi ay iniwan pa rin siya nito?

Hindi niya malaman kung magagalit o maiiyak siya. She couldn't be wrong. Damang-dama niya sa mga yakap at mga halik ng kanyang asawa ang pagmamahal at pananabik nito sa kanya.

Pero bakit siya nito iniwan? What was wrong with the guy? Ano pa ba ang kailangan niyang gawin para makumbinsi ito na mahalin uli siya at iwan na ang Avalon Knights at Ravenhurst? Hindi ba nito nakikita na kumakampi ito sa maling panig?

Bumangon siya. Noon niya napansin na nakaposas pa rin ang isang kamay niya.

"Damn!" Paano nito nagawang makatakas? May isang makislap na bagay siyang nakita sa bedsheets.

Ang susi sa handcuffs! Kinuha niya iyon at pinalaya ang kanyang sarili.

Ginawan niya ng paraan na maihagis ang susi na iyon nang nagdaang gabi. Pero mukhang nakagawa ng paraan si Rusty para makuha iyon at magamit.

Tumayo siya. It was almost seven o'clock in the morning. Kailangan na niyang maghanda sa pagpasok sa opisina. Wala sana siyang balak na pumasok nang araw na iyon dahil balak niyang manatili roon—nakikipag-usap or rather sine-seduce si Rusty.

Pero iba ang nangyari. Siya ang na-seduce at nalansi!

Nagtagis ang mga bagang niya. That guy...

Iritadong nagtungo siya sa banyo. Naligo siya. Ayaw niyang uminit nang husto ang kanyang ulo. Kailangan niyang manatiling kalmado para makapag-isip siya. First things first. Pagkatapos niyang maligo ay kailangan niyang mag-almusal. Then she would talk with her father. Mula nang pagtangkaan siyang patayin ni Brian ay nagkaroon na siya ng mga secret bodyguards—courtesy of her father. Pero dahil alam nito na ayaw niya at hindi siya komportable na laging may nakasunod sa kanya kaya inilihim nito sa kanya ang presensiya ng mga iyon. Pero nadiskubre din niya ang presence ng dalawang bodyguards niya.

Tumahimik na lamang siya para hindi na sila magkaroon pa ng pagtatalo ng kanyang ama. Ngunit sa araw na iyon ay kailangang ipakilala nito sa kanya ang mga bodyguards na naka-assign sa kanya dahil nasisiguro niyang alam ng mga ito kung saan naroon si Rusty.

Dapat yata ay hindi na niya pinatigil ang surveillance kay Rusty nang madala ito sa condo unit niya. Pero hindi naman kasi niya inakalang makakatakas ito o tatakas ito pagkatapos na...

Kinagat niya ang ibabang labi. Nagsisimula nang umusbong ang pagdududa sa isip niya patungkol sa kung ano ang tunay na damdamin ni Rusty para sa kanya. She was sure Steed loved her. Pero ang bagong katauhan nito...

No! He loves me! Hindi ako naniniwala na hindi niya ako mahal! mariing wika niya sa isip. Kailangan niyang panatilihin ang pag-asang iyon. Iyon ang nagbibigay sa kanya ng lakas para lumaban. She would only admit defeat na hindi na nga siya mahal ni Rusty kung makakakita siya ng mga senyales na hindi na nga siya nito mahal.

Ang pag-alis na iyon nito after making passionate love to her ay hindi kasama sa mga senyales na hindi na siya nito mahal. There must be a good reason why he left.

Nakabihis na siya nang maalaala niya ang flower pin na bigay nito sa kanya. Nakasanayan na niyang gamitin iyon.

Ngunit kahit anong hanap ang gawin niya sa pin ay hindi niya iyon nakita. Ipinasya niyang saka na lamang hanapin iyon. Mas importanteng magkausap sila ng kanyang ama. Bukod sa impormasyon na alam ng mga bodyguards nito ay gusto rin niyang malaman ang katotohanan sa mga bintang ni Rusty. Her father would never cause harm to anyone intentionally. There must be a good reason kung bakit nakialam ang kanyang ama noon sa refinery ng Ravenhurst.

Pagdating niya sa opisina ng kanyang ama sa Ocean Oil, Inc. ay nabigla siya sa sinabi ng secretary nito.

"Your father went out of the country last night."

"What? Saan siya nagpunta?"

"Sa US. Inutusan lamang niya ako na ibili siya ng ticket. Nag-chance passenger lamang siya kagabi. Nang i-check ko sa airlines kanina, he was able to leave the country."

Kumunot ang kanyang noo. Ano ang binabalak ng daddy niya? Sinubukan niya itong tawagan sa cell phone nito. Walang sumasagot sa tawag niya. Hindi niya alam kung patay ang cell phone nito o sinadya nitong huwag sagutin ang tawag niya.

"Dapat ay pagsabihan mo ang ama mong iyon, Miss Dallas. He is no longer a young man at ang mga ganitong adventures and sudden departures ay hindi na niya dapat ginagawa. Ang dami niyang kailangang asikasuhin dito," reklamo ng sekretarya nito.

Napabuntong-hininga siya. "Don't worry, send me his schedule at ang mga dapat niyang gawin. Ako na ang bahala sa mga iyon. Hayaan mo, sa pagbabalik niya rito, sesermunan ko ang daddy ko na iyon!"

PAGOD si Dallas nang makauwi siya sa condo unit niya. Kinailangan kasi niyang asikasuhin ang trabahong iniwan ng kanyang jet-settting na ama. Iritado siya. Dalawang beses na siyang iniwan ng mga lalaking mahal niya nang araw na iyon.

Ang tanging magandang balita na nakuha niya nang araw na iyon ay ang breakthrough sa research department. Ang ilan sa mga new hybrid ng lantillas ay nagsisimula nang tumubo sa iba't ibang klase ng lupa.

Lulan na siya ng kotse niya nang matanggap niya ang magandang balita na iyon mula kay Helen. Gusto sana niyang makita ang mga halaman pero pagod na siya at gusto na niyang matulog. Bukas naman ay natitiyak niyang naroroon pa rin ang mga iyon at maaari pa niyang makita.

Pagdating niya sa condo unit ay gusto niyang matulog na lamang. Naparami ang nakain niyang merienda kanina kaya hindi pa siya gutom.

Binuksan niya ang pinto. Lahat ng pagod at inis niya nang araw na ito ay nawala nang makita niya si Rusty na nakaupo sa sofa.

Tinakbo niya ito. Nang makalapit ay niyakap niya ito nang mahigpit. "I knew it! You love me at hindi mo ako makakayang iwan!" masayang bulalas niya.

"You are mistaken."

"Oh, yeah? Kung gano'n, bakit ka nagbalik dito? You know very well na oras na bumalik ka ay hindi na kita papayagan pang makaalis." Hinigpitan niya ang pagkakayakap dito.

"I came here because I was ordered to."

"Ordered? By my father?"

"Ng isang client ng Avalon Knights."

Tinaasan niya ito ng kilay.

"Ang Ravenhurst? Pinapunta ka ba nila rito para makipag-negotiate sa akin? Never! That is like dealing with the devil."

"Dallas, I was ordered to kill you and your father," seryosong sabi nito.

Biglang kumabog ang kanyang dibdib. Maghapon niyang hindi makontak ang kanyang ama. She had no idea where he was. At ngayon ay sinasabi sa kanya ni Rusty na inutusan ito ng Ravenhurst na patayin siya at ang kanyang ama.

Bumitiw siya sa pagkakayakap kay Rusty. Lumayo siya rito.

"Where is my father, Rusty?"

Tumayo ito. "Sa akin ibinigay ang assignment na patayin kayong mag-ama. If I failed to do so in twelve hours, I will be killed by the Avalon Knights and they will be taking over this assignment."

Tumiim ang mga bagang niya. "How could you do this? My father treated you like his own son!"

"Kailangan kong gawin ito, Dallas." Mabilis itong kumilos. Iglap ay naramdaman niya ang pagtusok ng isang syringe sa kanyang tagiliran. Unti-unting nagdilim ang kanyang paningin. Ni hindi siya nagkaroon ng oras para iyakan ang pagkadurog ng kanyang puso.

MULA sa kadiliman ay unti-unting pinagbalikan ng malay si Dallas. Nagmulat siya ng mga mata. Madilim ang paligid. Ngunit pakiramdam niya ay idinuduyan siya. May kung anong tunog din siyang naririnig. Parang hampas iyon ng alon.

Bumangon siya. Na-realize niya na nakahiga siya sa isang makitid na kama.

Nagpatuloy ang tila pagduyan ng paligid. Nasisiguro niyang hindi iyon epekto ng kung anumang gamot na isinaksak sa kanya ng gagong Rusty na iyon!

Kinapa niya ang ilaw. Isang lampshade ang nakapa niya. Hinanap niya ang switch niyon at nang makapa ay binuksan niya iyon.

Lumiwanag sa kinaroroonan niya. Agad niyang nalaman kung nasaan siya. Nasa loob siya ng isa sa mga cabins ng *Crimson Sails 2*!

Sumungaw siya sa labas ng porthole. Natanaw niya

roon ang malayong mga ilaw ng daungan. Nasa gitna ng dagat ang *Crimson Sails 2*!

Biglang lumarawan sa isipan niya ang isang crime scene scenario na napanood niya sa isang TV series. Dinala ng husband ang wife nito sa dagat gamit ang bangka ng mga ito. Doon pinatay ng husband ang wife at saka inihulog sa dagat.

Nahintakutan siya. Nalunod si Brian. Mukhang sa ganoong paraan din siya papatayin ni Rusty.

Nanikip ang kanyang dibdib. Bale-wala na pala talaga siya sa lalaking pinakamamahal niya. Nangilid ang mga luha niya. Pero agad din niyang kinontrol ang kanyang emosyon. Hindi iyon ang oras para mag-iiyak siya. Buhay pa siya. She would not just allow that bastard to kill her.

Naghagilap siya ng magagamit na armas. Kailangan niyang protektahan ang kanyang sarili. Napadako ang kanyang mga mata sa isang silya. Yari iyon sa matibay na steel. Halos lahat ng bakal sa boat ay yari sa steel para hindi kalawangin.

Hinawakan niya iyon. Hihintayin niya ang pagbalik doon ni Rusty. Ang hula niya, kapag malayo na talaga sila sa pampang ay saka siya nito babalikan at itatapon sa dagat. Mabuti na lamang at nawala na ang epekto ng pampatulog. Kung nagkataon, baka hindi na siya nagising.

Halos isang oras din siyang naghintay bago niya

narinig ang mga papalapit na yabag. Bumukas ang pinto. Ubod-lakas na hinataw niya ng silya si Rusty.

Sumubsob ito sa kama. Sumambulat din ang laman ng tray na dala nito.

Tray?

Napatingin siya sa sahig. Nagkalat ang kape, sliced bread, at itlog sa sahig. Dinalhan siya nito ng almusal?

NANG pagbalikan ng malay si Rusty ay natagpuan niya ang kanyang sarili na nakatali uli sa kama. Ngunit imbes na handcuffs ay ang pinagpira-pirasong kubrekama ang nakatali sa kanyang mga kamay at mga paa.

Sa isang tabi ay nakita niya si Dallas. Nakaupo ito. Nakakunot ang noo nito habang pinagmamasdan siya.

"Huwag mong sabihin na balak mo na naman akong rape-in?"

"What? Are you crazy? You tried to kill me! Akala mo ba, pagkatapos n'on ay tanga pa rin akong papayagan ang sarili ko na mahalin ka?" nanggigigil na sabi nito. "Now then tell me, nasaan ang daddy ko? Ano ang ginawa mo sa kanya?"

"I have no idea kung nasaan ang daddy mo. I tried to contact him pero hindi ko siya makontak. It seems umalis siya ng Pilipinas."

"He is still alive?"

"Malaki ang possibility n'on."

Saglit na namayani ang katahimikan sa loob ng

cabin. Malinaw na may gusto pang itanong sa kanya si Dallas ngunit natatakot itong isatinig iyon. O mas tama sigurong sabihin na natatakot itong malaman ang isasagot niya.

Huminga siya nang malalim.

"I have no intention of killing you or your father," sagot niya sa tahimik na tanong nito.

"Liar! Kung hindi mo ako balak patayin, bakit mo ako dinala rito? `Di ba, para itapon ako sa dagat?"

"Dinala kita rito dahil ito ang pinakaligtas na lugar na alam ko. I told you, If I failed to kill you, the others—sina Gamma at Delta—would do the job. I couldn't allow that to happen."

"Oh, yeah? Kung gano'n, bakit mo ako pinatulog? You could have just told me kung ano ang gagawin mo. I would have believed you."

"Yeah, you would. But you would also keep insisting na ginagawa ko iyon dahil mahal kita. I want you to stop thinking things like that," mariing sabi niya. "Besides, I have no time to argue with you. Alam kong nilagyan ng listening device nina Gamma at Delta ang condo unit mo. I tried to look for it pero hindi ko makita. Nang dumating ka, I knew I had to get you out of there as fast as I could. And based on my experience, I would have had a difficult time bringing you here if you were awake because you would keep talking and arguing with me."

Tiningnan siya nito nang masama. Ngunit malinaw na ang galit nito ay unti-unti nang nababawasan.

Dumako ang mga mata nito sa mga pagkaing nagkalat sa sahig. Iyon ang breakfast na niluto niya para dito. "So you cooked breakfast for me..."

"Before you start thinking na may feelings pa rin ako sa iyo, stop it already. It's almost morning kaya naisipan kong magluto ng breakfast. I have already eaten. Alangan namang pabayaan kitang magutom. Kaya—"

Bago pa niya matapos ang sasabihin ay sumampa na ito sa kama. Titig na titig ito sa kanyang mukha.

Napaatras siya. Walang bedpost ang kama roon. At bagaman nakatali sa likod ang kanyang mga kamay at mga paa, makakagalaw pa rin siya. Sumiksik siya sa dingding ng cabin.

"Dallas! Huwag kang lalapit!" wika niya.

"What? Don't tell me you're afraid of me? I am just going to kiss you."

"Don't do that!"

Ngumiti ito. "Why? Natatakot ka nga, `no?"

"I don't like being kissed by you."

Mabilis na lumapat sa mga labi niya ang mga labi nito. Tulad ng dati ay parang may sariling isip na tumugon ang kanyang mga labi. Ngunit bago niya magawang maibuka ang bibig nito at nadama ang init sa loob niyon ay binawi na nito ang mga labi.

Hindi nakaligtas sa kanya ang kislap sa mga mata nito. *Shit!* Ngalingaling batukan niya ang kanyang sarili.

"Well then, Rusty Magtanggol, dahil sinuway mo ang utos ng boss mo, it seems you are also in danger. The best way for you to survive ay kung kakampi ka sa amin at tutulungan kami sa pakikipaglaban sa Ravenhurst." Sinimulan nitong kalagan ang pagkakatali ng kanyang mga kamay at mga paa.

"If you think na kaya ko sinuway ang utos ng boss ko ay dahil mahal na mahal kita—"

"Oh? Kung hindi iyan ang dahilan, ano?"

"Dahil mas gusto kong maparatangan akong walang utang-na-loob kaysa hayaang mamatay ang mga inosenteng tao."

Tumutok sa kanya ang mga mata nito. Kapagkuwan ay ngumiti ito. "Alam mo bang ang ugali mong iyan ang isa sa mga dahilan kung bakit mahal na mahal kita?" Tuluyan na siyang nakalagan nito. "And now you better cook me breakfast!" utos nito. "I am famished!"

10

"Ano'ng nangyayari, Mr. Salvador?" tanong ni West. Kausap niya ang matandang lalaki sa cell phone habang lulan siya ng isang kotseng minamaneho ng isang member ng security personnel ng Ocean Oil, Inc. Dalawa pang member ng security team ang kasama niya sa kotse. Armado ang mga ito.

Bago niya natanggap ang tawag ni Mr. Salvador ay nakausap na niya ang kanyang asawang si Tracy sa pinahiram na cell phone ng isa sa mga kasama niya sa kotse. Kung hindi lang nag-low bat ang cell phone niya ay baka kanina pa naipaalam ng kanyang asawa ang nangyari dito.

Mula kay Tracy ay nalaman niyang ligtas ito at ang anak nilang si Sandra. Nang pasukin ng assassin ang bahay nila ay nagawang saksakin ito ng yaya ni Sandra bago naitakas ang bata.

Ang tatlo ay nasa compound na ngayon ng Ocean Oil, Inc. As for the assassin na natagpuan niya sa banyo, madali niyang naigupo ito. Pagkatawag niya sa pulis para i-report ang tungkol sa lalaki ay saka nagdatingan ang mga security personnel ng Ocean Oil, Inc.

"Sino ang mga taong nagtangka sa buhay ng pamilya ko?"

"West, listen." Nahimigan niya ang pagod sa boses ng kanyang boss. "Pagkatapos na iwan ko sina Rusty at Dallas ay nagtungo ako sa US. Gusto kong makausap si Masterson para matapos na ang labanan namin. But I was already too late. He was like a caged animal—full of hate at wala nang pakialam sa maaari pang mangyari sa kanya. Everything he owns including Ravenhurst is going to disappear. Sa kabila ng pera at contacts ay hindi niya napigilan ang pagsasampa sa kanya ng kaso ng US authorities. This time, he failed to bribe anyone. Masyadong malakas ang ebidensiya laban sa kanya, sa Ravenhurst, at sa cartel. Miranda's testimony and the evidences found in the island implicated him and his colleagues.

"Nang magkita kami ay hinihintay na lamang niya ang pagdating ng mga huhuli sa kanya. I don't know kung papatakas na siya noon. Ngunit nang makita niya ako ay ipinagyabang niya na mawawala rin sa akin ang lahat. He had ordered the Avalon Knights to kill me, my daughter, and all the members of the Crimson Team. Ang sabi pa niya, kahit daw makulong pa siya ay hindi ko na mapipigilan ang pagkamatay ninyong lahat."

Kinilabutan siya. Ganoon na pala talaga katindi ang galit ni Mr. Masterson sa kanila.

"I contacted my security team. I asked them to secure the safety of everyone. They got your family in time bago sila nagamit bilang hostage. The others will soon be secured. Ikaw na muna ang bahala sa kanila. I'll try to get a flight back there as soon as possible. I can't contact Dallas but I know Rusty will protect her. For now, habang hindi pa ako nakakabalik diyan, take care of things. Subukan mo ring kontakin uli si Dallas. Baka hindi pa niya alam ang panganib."

Pagdating nila sa compound ng Ocean Oil, Inc. ay agad niyang napansin ang increased security personnel. Naka-lock din ang mga gates ng establisimyento. Animo isa nang fortress iyon na mahihirapan ang kaaway na pasukin.

Sa main building ay natagpuan niya ang kanyang mag-ina. Bahagyang nakalma ang kanyang kalooban nang mayakap niya ang mga ito. Sa paglipas ng oras ay isa-isa na ring nagdatingan ang mga kasamahan niya sa Crimson Team.

Si Conway at ang ina nito ang unang dumating. Ang asawa nitong si Lariza ay nasa US at nananatiling ligtas.

Mayamaya ay dumating sina Craven at Riva. Nalaman niya mula sa mga ito na nakaengkuwentro ng mga ito ang isa sa mga tauhan ng Avalon Knights.

Sumunod sa mga ito ang pamilya nina Diesel at

Spark. Ayon sa security team ay hindi raw ma-locate ang dalawang lalaki. Later on ay na-realize ng mga ito na nasa research laboratory lamang pala ang mga ito.

Ang tanging nananatiling wala ay sina Dallas at Rusty. Sina Recon at Miranda ay nasa laot. Masasabing ligtas ang mga ito roon.

NAUBOS ni Dallas ang breakfast na iniluto ni Rusty para sa kanya. Sa bridge na niya kinain iyon. Naroon kasi si Rusty at pinapaandar ang *Crimson Sails 2*. Mula sa bintana ng bridge ay tanaw niya ang malawak na karagatan at ang maaliwalas na kalangitan.

"Hanggang kailan mo nga pala ako balak na ikulong dito?"

"Kung gusto mong umalis o dalhin na ang boat sa port, call up your security men first. You need to have protection, Dallas. Habang hindi ko pa napipigilan sina Gamma at Delta, you and your father would still be in danger."

Natigilan siya. "You can't be planning on confronting them?" bulalas niya.

Hindi ito umimik.

"Mapanganib sila at kahit ikaw pa ang leader nila, you haven't been with them for a long time. Ang anumang loyalty na meron sila sa iyo ay maaaring natabunan na ng pera ng Ravenhurst. You can't just talk to these people. Baka kaya ka lamang nila sinusunod ay dahil kay Brian. But since you have refused to take revenge for Brian, malaki ang possibility na kung haharap ka sa kanila ay... I can't be a widow again, Rusty! I almost died nang inakala kong nawala ka."

"I know that. Alam kong ang pagharap ko sa kanila—if ever na hindi sila makinig sa akin—could end in a bloody fight." May dinukot ito mula sa bulsa ng pantalon. "I better give this back to you." Nang buksan nito ang nakakuyom na kamay nito ay nakita niya roon ang nawawala niyang flower pin.

Tumayo siya. Nilapitan niya ito. Hindi niya pinansin ang flower pin. Mas mahalaga sa kanya ang nagbigay ng pin.

"You can't be thinking of fighting them? You are no killer." Tumingin siya sa mga mata nito.

"I have killed before, Dallas. I was eighteen years old when I became a member of Brian's mercenary group. I know how to fight and I was trained to use weapons. Malaki ang chance ko na—"

"No! I won't let you!" Niyakap niya ito nang mahigpit. "I will call up the company's security team, the police, at lahat ng maaaring tumulong. Pabayaan nating sila ang lumaban. You stay here, with me!"

"Dallas—"

"It would be plain stupidity for you kung haharapin mo sila nang mag-isa ka lang."

"Hindi ko ugaling magtago sa palda ng babae."

"Are you crazy? Ngayon mo pa paiiralin ang pride mo? Natitiyak kong bago mo pa makausap sina Gamma at Delta ay pauulanan ka na nila ng bala. By saving me, you have also betrayed them."

"I know. I have also betrayed my brother. Nangako akong ipagpapatuloy ko ang kanyang trabaho, that I would find justice for our former teammates. Pero binale-wala ko na ang lahat ng iyon."

"Hindi tama na ipagpatuloy mo ang paghihiganti ni Brian. Kung malaki man ang utang-na-loob mo sa kanya, nabayaran mo na iyon. Ginamit ka niya bilang espiya. Aside from that, he tried to kill you. Ang mga aksiyon niya at ang lahat ng ginawa niya ay bumura na sa anumang utang mo sa kanya. Kung meron ka mang utang na dapat bayaran, ako iyon. You owe me a lot, Rusty."

Iiling-iling na ngumiti ito. "You are a very spoiled brat, Dallas Miranda."

Nagtagis ang mga bagang niya ngunit hindi siya bumitiw rito. She wouldn't let him go.

Noon nila naulinigan ang tunog ng chopper. Animo umiikot iyon sa *Crimson Sails 2.*

"They have found us!" ani Rusty. Bigla siyang hinila nito padapa sa sahig. Halos kasabay niyon ay narinig niya ang sunud-sunod na putok ng baril.

"Huwag kang aalis dito, Dallas," sabi nito, sabay gapang palabas ng bridge.

Nahintakutan siya. Lalabasin nito ang Avalon Knights! Malalagay sa panganib ang buhay nito. Ngunit kung hindi ito lalaban...

Nagtagis uli ang mga bagang niya. She was also going

to fight! Noon niya nasulyapan ang communications equipment. It was the latest and the most sophisticated type available in the market. Gamit iyon ay makakatawag siya kahit saang lugar as long as hindi sira ang satellite disk na naka-install sa itaas ng *Crimson Sails* 2.

Gumapang siya palapit sa equipment. She needed to call the coast guards or the police. Ang masaklap, hindi niya alam ang number ng mga ito.

Sa opisina na lamang ng Ocean Oil, Inc. siya tumawag. Natitiyak niyang mayroong tao roon na nakakaalam kung paano makokontak ang mga police authorities. Hindi niya alam ang coordinates na kinaroroonan ng *Crimson Sails 2* pero nasa Ocean Oil, Inc. ang device na makaka-track down sa boat. May global positioning system ang *Crimson Sails* 2.

Sa mismong opisina niya siya tumawag. Agad niyang nakausap si Helen.

"Dallas! Thank God! Everyone's so worried about you. Your father—"

"Is he okay?"

"Yes. Pabalik na siya sa Pilipinas. Where are you? You need to come here. Nasa panganib ang buhay mo."

"I know, Helen. Kasalukuyang binabaril ang *Crimson Sails two*. Inaatake ng Avalon Knights."

"Oh, my God!"

"Alamin mo ang exact position namin, Helen. Then send the coast guards or anyone na makakatulong sa—"

Nakarinig uli siya ng mga putukan. Pero ang hula niya ay malayo na iyon sa bridge. Parang sa dulo ng boat iyon nanggagaling. Pero hindi iyon katulad ng putok kanina na animo mula sa Armalite. Paisa-isa iyon.

Si Rusty! Rusty was fighting back!

A crazy part of her ay gustong sumugod sa kinaroroonan ng kanyang asawa. Ngunit pinaalalahanan niya ang kanyang sarili na hindi siya makakatulong doon. Ni wala siyang armas.

Weapons... She needed weapons.

Gumapang siya palabas ng bridge. Nagtungo siya sa mga cabins. Sa direksiyong iyon nagtungo si Rusty kanina. Tiyak na iniwan nito sa cabin ang mga sandata nito. Posibleng hindi lamang isa ang baril na dala nito. There must be more than one.

Sa isa sa mga cabins ay nakita niya ang isang nakabukas na black bag. Inusisa niya iyon. Tama ang hinala niya. Puno iyon ng mga baril at bala. Kumuha siya ng baril. Mabilis na nilagyan niya iyon ng bala. Her father had taught her how to use guns at a very early age.

Hawak ang baril, maingat na umakyat siya patungo sa deck. Sunud-sunod pa rin ang putok na naririnig niya. Hindi na siya sigurado kung nagmumula iyon kay Rusty o sa chopper...

Bigla niyang na-realize na parang naiba ang tunog ng chopper. Sumilip siya sa deck. Nasulyapan niya ang chopper na nagpapaikut-ikot sa ere! Nawalan iyon ng kontrol!

Ilang saglit pa at bumulusok iyon sa tubig. Malakas ang ingay na nilikha ng pagbagsak niyon sa tubig.

Nakita niya si Rusty na nakatayo sa deck. Nakatutok sa tubig ang baril na hawak nito. May dugo ang balikat at braso nito.

"Don't do anything you would regret, Gamma!" malakas na sigaw nito. Nakatutok ang atensiyon nito sa tubig. Mukhang nakatalon ang isang Avalon Knight sa tubig bago bumagsak ang chopper at ngayon ay nagtatago ito sa tubig.

Lalabas na sana siya nang makarinig siya ng kaluskos mula sa gilid ng boat. Nasulyapan niya ang pag-akyat ng isang lalaking may hawak na baril. Hindi ito napansin ni Rusty dahil nakatalikod ito at nakatutok ang atensiyon kay Gamma na nasa tubig.

Nagpasya siya. Dalawang sunud-sunod na putok ang pinakawalan niya. Bumagsak sa deck ang lalaki. Tinakbo niya ito. Sinipa niya palayo rito ang hawak nitong baril at saka niya ito tinutukan ng baril. Hindi niya pinatay ito. Sa mga hita lamang niya ito binaril.

"I already got him, Rusty!" malakas na sabi niya, sabay sulyap sa asawa.

Nginitian siya nito bago muling ibinalik ang atensiyon kay Gamma.

Pagkaraan ng ilang minuto ay na-secure na nila ang boat. Pagkatapos mabigyan ng first aid sina Gamma at ang piloto ng chopper ay ikinulong nila ang mga ito sa storage room ng boat. Para makatiyak na hindi sila matatakasan ay itinali pa ni Rusty nang mahigpit ang dalawang lalaki sa storage room.

Nagbalik sila ni Rusty sa bridge. Pinaandar nito ang *Crimson Sails 2.*

"It seems we need to go back to land para mai-deliver ang mga cargoes natin. Pero hindi pa rin tiyak ang kaligtasan mo, Dallas. Naririyan pa si Delta."

Tinawagan uli niya si Helen. Pero si West ang sumagot sa kabilang linya.

"Are you all right, Dallas?" tanong nito.

"Yes. Rusty and I always make a good team, `di ba?"

Tumawa ito. In-update na rin siya nito sa mga naging experience ng ibang members ng Crimson Team. Ikinuwento rin nito sa kanya ang nangyari kay Mr. Masterson.

"Isa na lang Avalon Knight ang maglalagay sa atin ng panganib—si Delta," aniya.

"Kung si Delta ay Japanese, he has been taken care of."

Tiningnan niya si Rusty.

"Japanese ba si Delta?"

Tumango ito. Binalikan niya si West. "Rusty says Delta is Japanese. Paano n'yo siya nahuli?"

"Not exactly kami ang nakahuli. It seems si Miranda ang naging assignment ni Delta. Delta tracked down Miranda on Recon's boat."

"Is she dead?"

"Unfortunately, no," tatawa-tawang sagot nito. "Recon and Miranda teamed up against Delta. And believe it or not natalo nilang dalawa si Delta at ang pilot nito."

Hindi siya nakakibo. Halos pareho pala ang nangyari kina Recon at Miranda sa nangyari sa kanila ni Rusty.

"West, make sure na may mga pulis na naghihintay sa port para kumuha kina Gamma at sa pilot din niya."

Tinapos niya ang tawag pagkatapos niyang bigyan ng final instructions si West. Kapagkuwan ay nilapitan niya si Rusty. "It seems your fight with Ravenhurst and the Avalon Knights is finally over," komento nito.

Pinagmasdan niya ito. Nakahubad-baro ito. Pero parang nakadamit pa rin ito dahil sa malaking benda na inilagay niya sa balikat at braso nito na tinamaan ng bala kanina.

"Are you sure kaya mo pang paandarin ito? You could teach me how to steer this boat."

"Kapag napagod na ako, ibibigay ko sa iyo ang steering wheel."

"Tapos na ang pakikipaglaban mo, Rusty. The cartel leaders would soon face a lot of criminal and civil charges in court. Malabo nang makabawi pa sila, lalo na kapag na-release na sa market ang lantillas. Ravenhurst has fallen. Sigurado na ang pagbagsak ng kompanyang iyon. So, what do you plan to do now?"

"Are you offering me a job?"

"Kailangan ng Crimson Team ng isang engineer. And the guys, they would all welcome you back."

Hindi ito umimik.

Nairita siya. "Damn it, Rusty! We are your family! Ang anumang ginawa mo ay madaling kalimutan at patawarin. Huwag mong sabihing aalis ka pa rin? Lalayo?"

"That's what I should be doing."

May namuong bikig sa kanyang lalamunan.

"Unfortunately, kahit saan ako pumunta, your memories will haunt me. Hindi ako iiwan," reklamo nito.

Natawa siya. Inihilig niya ang kanyang ulo sa balikat nitong walang sugat. "Talagang hindi kita papayagang makakawala sa akin."

"Mukhang iyan ang kapalaran ko," tatawa-tawang sabi nito. Ikinawit nito ang isang kamay sa baywang niya.

EPILOGUE

Gusto pa sanang makialam ni Dallas sa pagtatapos ng love story nina Spark at Ilyse ngunit hindi na interesado roon si Rusty.

"Dallas," saway nito sa kanya. "Tama na ito. Let nature take its course. Pabayaan mo na silang dalawa sa buhay nila. In case nakalimutan mo, dapat ay mas bigyan mo ng atensiyon ang sarili mong love life, ang sarili mong asawa!" Itinuro nito ang sarili.

Sinimulan na rin nitong maghimutok na hindi niya ito binibigyan ng premyo sa mga pagtulong nito sa kanyang mga matchmaking activities.

Inalis niya ang tingin kina Spark at Ilyse at binigyan ito ng atensiyon.

"When I say prize, ang gusto kong sabihin ay isang anak, Dallas," pagpapatuloy nito. "Naunahan na ako ng lahat ng mga teammates ko! Even Spark na siyang pinakabata sa aming lahat ay may anak na rin."

"You will have one in seven months."

"Seven months?" Natigilan ito. "Are you saying—?"

Nakangiting tumango siya. "I'm two months pregnant. Kanina ko lang na-confirm sa uncle ko."

Niyakap siya nito at siniil ng halik sa mga labi. Nasundan iyon ng pagpapaandar nito sa sinasakyan nilang van. Pinakaripas nito ang sasakyan hanggang sa makarating sila sa basement parking ng condominium building nila.

Base sa uri ng kislap sa mga mata ng kanyang asawa ay malinaw ang gusto nitong gawin sa kanya: there would be a lot of lovemaking that day!

Isang private elevator ang magdadala sa kanila sa condo unit nila. Inakala niya na mauuna ito sa pagsakay sa elevator ngunit nagulat siya nang siya ang maunang makasakay roon.

Nilingon niya ito. Nanatiling nakatayo ito sa labas ng elevator. Nakatitig ito sa kanya.

"Going up?" nanunuksong tanong niya rito.

"I love you so much you know," pahayag nito.

Napangiti siya. Alam niya iyon. Ngunit nasisiyahan pa rin siya nang labis kapag kusa itong nagsasabi na mahal siya nito.

Sumakay ito sa elevator. Hinawakan nito ang kanyang kamay.

"I love you, too, dear husband."

"I know. Patay na patay ka naman talaga sa akin, eh," mayabang na sabi nito.

Natatawang kinurot niya ito sa tagiliran.

WAKAS